ഗ്രീൻ ബുക്സ്

അഡോണിസ്

തെരഞ്ഞെടുത്ത കവിതകൾ

വിശ്വപ്രസിദ്ധനായ സിറിയൻ കവി.
1930ൽ സിറിയയിൽ അൽക്വാസ്ബിൻ
എന്ന വില്ലേജിൽ ജനനം.
യഥാർത്ഥ പേര് അലി അഹമ്മദ് സയ്ദ്.
2015ലെ ആശാൻ വേൾഡ് പ്രൈസിന് അർഹനായി.
ഒരു പ്രവാസ കവിയായി പാരീസിൽ ജീവിക്കുന്നു.

ദേശമംഗലം രാമകൃഷ്ണൻ

കവി, വിവർത്തകൻ. അധ്യാപകൻ.
തൃശ്ശൂർ ജില്ലയിലെ തലപ്പിള്ളി താലൂക്കിൽ
ദേശമംഗലത്ത് 1948ൽ ജനനം.
മലയാളത്തിൽ ബിരുദാനന്തര ബിരുദം, പിഎച്ച്.ഡി.
കേന്ദ്ര സാംസ്കാരിക വകുപ്പിന്റെ
ഫെല്ലോഷിപ്പിന് അർഹനായി.
2008ൽ പ്രൊഫസറായി വിരമിച്ചു.
ഇപ്പോൾ മലയാള സർവ്വകലാശാലയിൽ
വിസിറ്റിങ് പ്രൊഫസർ.

അഡോണിസ്
തെരഞ്ഞെടുത്ത കവിതകൾ

മൊഴിമാറ്റം:
ദേശമംഗലം രാമകൃഷ്ണൻ

ഗ്രീൻ ബുക്സ്

green books private limited
gb building, civil lane road, ayyanthole,
thrissur- 680 003, kerala
ph: +91 487-2381066, 2381039
website: www.greenbooksindia.com
e-mail: info@greenbooksindia.com

(malayalam)
adonis - theranjetutha kavithakal
(poem)
by
adonis

translated by
desamangalam ramakrishnan

first published may 2016
copyright reserved

cover design : rajesh chalode

branches:
thrissur 0487-2422515
palakkad 0491-2546162
kannur 0497-2763038
thiruvananthapuram

isbn : 978-81-8423-512-8

---

no part of this publication may be reproduced, or transmitted in any form or by any means, without prior written permission of the publisher

GBPL/767/2016

മുഖക്കുറിപ്പ്

അഡോണിസിന്റെ പ്രണയ കവിതകൾ

എഴുത്തുകാരൻ അവന്റെ കാലത്തെയും ദേശത്തെയും ചരിത്രത്തെയും ബഹുമാനിക്കുന്നു എന്ന അർത്ഥത്തിൽ തന്നെയാണ് അലി അഹമ്മദ് സെയ്ദ് അസ്ബർ എന്ന സിറിയൻ കവി അഡോണിസ് എന്ന കാവ്യനാമധേയം സ്വീകരിക്കുന്നത്. 1930ൽ സിറിയയുടെ പടിഞ്ഞാറൻ ദേശത്ത് ഭൂജാതനായ കവി മെസൊപ്പൊട്ടേമിയൻ ദേശങ്ങളിൽ ആരാധിക്കപ്പെട്ടിരുന്ന ദേവനായ തമൂസിന്റെ ഗ്രീക്ക് നാമധേയം തന്നെ സ്വീകരിച്ചുകൊണ്ട് അദ്ദേഹം തന്റെ മണ്ഡലമായ കവിതയുടെ ചരിത്രത്തിൽ ആഴത്തിൽ അഭിരമിക്കുകയാണ് ചെയ്യുന്നത്. കാർഷികവൃത്തിയിൽ ഏർപ്പെട്ടിരുന്ന ഒരു കുടുംബത്തിലാണ് അഡോണിസിന്റെ ജനനം. ഈ കാർഷികവൃത്തിയുടെ പ്രതിബിംബങ്ങൾ ഒരു പാരമ്പര്യ സ്മൃതിയായി അഡോണിസ് തന്റെ കവിതകളിലെമ്പാടും വരച്ചിട്ടുണ്ട്. വയലും ഗോതമ്പു കതിരുകളും കലപ്പയുമെല്ലാം വിഷാദ സ്മൃതികളായി ആ കവിതകളിലുടനീളം ചിതറിക്കിടക്കുന്നു.

ആയാസത്തോടെ കുഴിച്ചുമൂടിയ
ഒരു രഹസ്യമാണച്ഛൻ.
ഞാൻ സ്നേഹിക്കുന്നു
അച്ഛന്റെ അഴുകിയ മണ്ണിനെ, എല്ലിനെ.
(വിലാപഗീതികൾ)

ഞങ്ങളുടെ വീട്ടിലൊരു കട്ടിലുണ്ട്
അവശതയുടെ ചരടുകൾകൊണ്ട്
അച്ഛന്റെ ആത്മാവ് മെനഞ്ഞെടുത്തത്

അതെന്നെ കാക്കുന്നു
സ്നേഹത്താൽ പൊതിയുന്നു
പ്രാർത്ഥനകളാൽ എന്റെ പാതകളെ
വരച്ചുവയ്ക്കുന്നു.
എന്നിട്ട് വിശ്വാസപൂർവ്വം നീട്ടുന്നു
അച്ഛന്റെ പൊന്നോടക്കുഴൽ,
അതിൽ ഒരു കാടു നിറയെ സംഗീതവും.
(ഒരു കട്ടിൽ)

പ്രണയം ഈ സമാഹാരത്തിന്റെ മൗലിക മുദ്രയാണ്. പ്രകൃതിയോട് അഭിരമിക്കുന്ന ആ പ്രണയത്തിന് തന്റെ സാക്ഷ്യം അദ്ദേഹം രേഖപ്പെടുത്തുന്നത് ഇങ്ങനെ:

അവളെ കണ്ടുമുട്ടുന്നതിനായി പനിനീർപ്പൂ
തന്റെ പുഷ്പശയ്യ ഒരുക്കുന്നു.
അരയിൽ ഒരു മേഘക്കീറ് മാത്രമായി
ശിശിരത്തിൽ സൂര്യൻ നഗ്നനായി നിൽക്കുന്നു.
ഞാൻ പിറന്ന ഗ്രാമത്തിൽ
ഇങ്ങനെയാണ് പ്രണയം വന്നെത്തുന്നത്.
(ശരീരത്തിന്റെ തുടക്കങ്ങൾ, കടലിന്റെ ഒടുക്കങ്ങൾ)

അഡോണിസിന്റെ പാവപ്പെട്ട കാർഷിക കുടുംബത്തിന് വിദ്യാഭ്യാസം ഒരു വിദൂരസ്വപ്നമായിരുന്നു. പ്രാദേശിക മദ്രസാപഠനത്തിൽ ഖുറാൻ പഠനത്തോടൊപ്പം ക്ലാസ്സിക്കൽ കവിതകളും ആ ചെറുബാലനെ ആകർഷിച്ചു വെന്ന് കവിയുടെ ജീവചരിത്രക്കുറിപ്പുകൾ പറയുന്നു. ഉന്നതനായ ഭരണാധികാരിയുടെ മുന്നിൽ ചൊല്ലിയ ഒരു കവിത പിന്നീട് കവിയുടെ ജീവിതത്തിലെ വളർച്ചയുടെ ഒരു വഴിത്തിരിവായി മാറുന്നു. ഫ്രഞ്ചു സ്കൂളിലേക്ക് പഠനം പറിച്ചു നടപ്പെടുന്നു. തുടർന്ന് ഡമാസ്കസ്സിൽനിന്ന് തന്റെ ബിരുദപഠനം പൂർത്തിയാക്കുന്നു.

അമ്പതുകളുടെ പട്ടാളസേവന ജീവിതത്തിൽ സിറിയൻ നാഷണൽ സോഷ്യലിസ്റ്റ് പാർട്ടിയുടെ അംഗത്വ മെടുത്തു എന്ന കുറ്റത്തിന് കവി ജയിലിലടയ്ക്കപ്പെടുന്നു. അവിടെനിന്നു മോചിതനായശേഷം അദ്ദേഹം 'ഷിർ' എന്ന മാസികയുടെ പ്രവർത്തനപഥം തിരഞ്ഞെടുക്കുന്നു. പ്രശസ്ത കവി യൂസഫ് ഖാലിനോടൊപ്പം അദ്ദേഹം തുടങ്ങിവച്ച അറബ് കാവ്യമേഖലയിലെ ഈ മാസികയ്ക്ക് വലിയ പ്രാധാന്യമാണ് കല്പിക്കപ്പെടുന്നത്.

അതോടെ കവി തന്റെ രാഷ്ട്രീയ പാർട്ടി അംഗത്വം ഉപേക്ഷിക്കുന്നു. ഏതെങ്കിലും ഒരു രാഷ്ട്രീയപാർട്ടിക്ക് അടിയറ വെച്ചു പ്രവർത്തിക്കേണ്ടതില്ല എന്ന ഒരു കാഴ്ചപ്പാട് അഡോണിസ് രൂപീകരിക്കുന്നു: "പ്രചരണത്തിനുവേണ്ടി കവികളെ റിക്രൂട്ട് ചെയ്യരുത്. ആഴങ്ങളിലേക്കു തുളച്ചുകയറുന്ന ബുദ്ധിപരവും തത്ത്വചിന്താപരവുമായ മാനങ്ങളാണ് കവിതയ്ക്കു വേണ്ടത്" എന്ന് അദ്ദേഹം വ്യക്തമാക്കുന്നു.

അഡോണിസിന്റെ കവിതകളുടെ മാനദണ്ഡവും ഈ മെറ്റാഫിസിക്കൽ രീതിയാണ്. അത് അദ്ദേഹത്തെ കാവ്യരംഗത്ത് സമുന്നതനാക്കുന്നു.

അന്റാറ, ഉമർ ഉൽ ക്വയ്സ്, അബുനവാസ്, അൽ മുത്തു നബി തുടങ്ങിയ അറബ് ക്ലാസിക് കവികളുമായി അദ്ദേഹം ചേർത്തുവയ്ക്കപ്പെടുന്നു. സമുന്നതരായ അൽ സായിബ്, നിസാർ ഖുബാനി, ദാർവിഷ് എന്നിവരുമായി ഇഴ ചേർത്ത് അദ്ദേഹം അറബ് കവിതയുടെ സമകാല ഭാഗധേയം പങ്കിടുന്നു. സംഘർഷഭരിതമായ ഇന്നത്തെ അറബ് ഭൂപടത്തിൽ ചെറുത്തുനില്പിന്റെ കവികളിലൊരാളായി വാഴ്ത്തപ്പെടുന്നു.

1980കളിലെ ഒരു സംഘർഷകാലത്താണ് അഡോണിസിന്റെ കവിതകൾ എന്റെ അറേബിയൻ ജീവിതത്തിലേക്കു വന്നെത്തുന്നത്.

> അപരിചിതൻ വന്നെത്തി;
> മിനാരം തേങ്ങിക്കരഞ്ഞു.
> അയാൾ അതു വിലയ്ക്കു വാങ്ങി
> എന്നിട്ടൊരു പുകക്കുഴലാക്കി മാറ്റി.

ബെയ്റൂട്ട് നഗരം ഇസ്രായേലി സൈന്യത്തിന്റെ പിടിയിലമർന്ന കാലഘട്ടമാണത്. ആദ്യമായിട്ടാണ് ഇസ്രായേൽ ഒരു അറബ് നഗരം സൈനികമായി കൈവശപ്പെടുത്തുന്നത്. അറബ് മേഖലയിലെ ഏകാധിപത്യത്തിന്റെയും മതകാർക്കശ്യത്തിന്റെയും കരിനിഴൽ വീഴുന്ന ജനാധിപത്യചിന്തയുടെ കേന്ദ്രമായിരുന്നു ബെയ്റൂട്ട്.

അദ്ദേഹം ഖിന്നനായി ഇങ്ങനെ കുറിച്ചു:

ഹാ, ബെയ്റൂട്ട് - ഇതാ ചക്രവാളക്കൈലേസ്
ഈ കണ്ണീരു തുടയ്ക്കുക
നീ വീണ്ടും ആകാശത്തെ എഴുതിവെച്ചിരിക്കുന്നു
എന്നാൽ നിനക്ക് തെറ്റിപ്പോയി
ഇപ്പോൾ നിന്റെ തെറ്റുകൾ
നിന്നെ എഴുതിക്കൊണ്ടിരിക്കുന്നു
(അവശിഷ്ടങ്ങൾ)

അറബി കവിതയുടെ ഒരു പ്രത്യേക കാലഘട്ടമായിട്ടാണ് ഈ അധിനിവേശത്തെ രേഖപ്പെടുത്തുന്നത്. അന്നദ്ദേഹം എഴുതിയ മുപ്പത്തിനാല് ഖണ്ഡങ്ങളുള്ള മരുഭൂമി എന്ന കാവ്യം സവിശേഷമായ ശ്രദ്ധ നേടിയെടുത്തു. ബെയ്റൂട്ടിന്റെ പതനത്തെക്കുറിച്ചുള്ളതാണത്. ആ കാലഘട്ടത്തിൽത്തന്നെയാണ് മദ്ധ്യപൗരസ്ത്യ ദേശത്തിന്റെ ചെറുത്തുനില്പിന്റെ കവികളായി മെഹമൂദ് ദാർവിഷിനോടും സമീഹ് അൽ കാസിമിനോടും ഒപ്പം അഡോണിസിനെയും രേഖപ്പെടുത്തിക്കൊണ്ട് "ഒരു ഭൂപടത്തിന്റെ ഇരകൾ" എന്നൊരു കാവ്യ സമാഹാരവും പ്രസിദ്ധീകരിക്കുന്നത്.

ഇംഗ്ലീഷ് ഭാഷയിൽനിന്നുള്ള മൊഴിമാറ്റമാണ് ഈ വിവർത്തനങ്ങൾക്കുള്ള ആധാരം. അദ്ദേഹത്തിന്റെ കാവ്യജീവിതത്തിലെ പല ഘട്ടങ്ങളിലൂടെയും തിരഞ്ഞുപോയി അതിലെ ചെറുകവിതകളെ ആധാരമാക്കിയാണ് വിവർത്തകനായ ദേശമംഗലം രാമകൃഷ്ണൻ മലയാളത്തിൽ ഈ കാവ്യസമാഹാരം രൂപപ്പെടുത്തിയിട്ടുള്ളത്. ഡയസ്പോറ അറബ് ജീവിതത്തിന്റെ മുഖമുദ്രയായതിനാൽ അതിന്റെ ഗൃഹാതുരത്വവും വേദനയും ഈണവുമൊന്നും ഈ കവിതകളിൽനിന്ന് ഒഴിഞ്ഞുപോകുന്നില്ല.

യാത്രയ്ക്കു കെട്ടുമുറുക്കുക
ദൂരേക്കു ലക്ഷ്യം വയ്ക്കുക, അല്ലെങ്കിൽ
മഞ്ഞുകൂടാരങ്ങളിൽ കഴിയുക
ഇനിയൊരിക്കലും
ഇത് നിങ്ങളുടെ രാജ്യമാവുകയില്ല
(നാടു കടത്തപ്പെട്ടവൻ)

സമകാല അറബ് കവിതയെ ക്ഷുഭിതമാക്കുന്നത്
അതിന്റെ സംഘർഷഭരിതമായ ചരിത്രം തന്നെയാണ്.
ആ അവസ്ഥയെ ചിത്രീകരിക്കാൻ പൗരുഷത്തിന്റെ
പ്രതീകമായ മിഹിയാർ രാജാവിലേക്കും
ഉമായത്ത് രാജവംശത്തിലെ വസന്തങ്ങൾ വിരിയിച്ച
അൽദാക്കിൽ എന്ന ഖലീഫയിലേക്കും ചരിത്രം
തേടി പോകുന്ന അഡോണിസ് എന്ന കവിയെ
ഈ താളുകളിൽ നാം കണ്ടുമുട്ടുന്നു.

മിഹിയാർ ഇഷ്ടക്കാർ വഞ്ചിച്ചൊരു മുഖം
മിഹിയാർ ഒരിക്കലും മുഴങ്ങാത്ത മണികൾ
മിഹിയാർ എല്ലാ മുഖങ്ങളിലും എഴുതപ്പെട്ട വാക്ക്

എന്നിങ്ങനെ സാമൂഹ്യ-രാഷ്ട്രീയ വിമർശനങ്ങൾ
കവിതകളിലൂടെ പ്രത്യക്ഷപ്പെടുന്നു.
മരം പ്രചോദനത്തിന്റെ ആയിരം കണ്ണാടികളായി പരക്കുന്നു.
കിഴക്കൻ ദിക്കിലെ മരമായും പ്രഭാതവൃക്ഷമായും
വിഷാദവൃക്ഷമായും വൃക്ഷത്തിന്റെ അനേകം
തളിരിലകളായും അഡോണിസിന്റെ കവിതകളിൽ
നിറയുന്നു. ഒരു കണ്ണാടി അദ്ദേഹം ചേർത്തുപിടിക്കുന്നു.
തന്റെ പ്രിയതമയ്ക്ക്, പ്രണയിനിക്ക്, മിനാരങ്ങൾക്ക്...

തന്റെ കാവ്യജീവിതത്തെ അനേകം പരീക്ഷണങ്ങൾക്കു
സമർപ്പിച്ച കവി മദ്ധ്യപൗരസ്ത്യദേശത്തെ സംഘർഷ
ഭരിതമായ ചരിത്രത്തിൽ ഖിന്നനാണ്. ഇരുപത്തൊന്നാം
നൂറ്റാണ്ടിലെ കലുഷിതമായ തന്റെ സിറിയ എന്ന ജന്മദേശ
ത്തെക്കുറിച്ചും അദ്ദേഹം ദുഃഖിതനാണ്.

പ്രണയമൊഴുകുന്ന എന്റെ കവിതകൾ
നാളെ ദേശമാലപിക്കുമ്പോൾ
ഒരു രാജ്യത്തിന്റെ കറുപ്പു മായ്ച്ചെടുക്കാൻ
എനിക്കാകുമല്ലോ

എന്നാണ് അദ്ദേഹം ആശ്വസിക്കുന്നത്. ഒപ്പം അന്ധകാരവും
ഹിംസയും തിരോധാനം ചെയ്യുമെന്ന പ്രത്യാശയും.

താൻ പ്രതിനിധീകരിക്കുന്ന ഒരു കാലഘട്ടത്തിന്റെ
കോപവും പ്രതിഷേധവും തകർച്ചയും
രചനകളിൽ നിറയുന്നുണ്ടെങ്കിലും അതിലുപരി
ജീവിതത്തോടുള്ള പ്രണയവും ആസക്തിയും
തന്നെയാണ് അഡോണിസ് കവിതയുടെ മുഖമുദ്ര.

കൃഷ്ണദാസ്
മാനേജിങ് എഡിറ്റർ

കവിതകൾ

1. സ്നേഹം 17
2. രഹസ്യങ്ങൾ 18
3. വിലാപഗീതികൾ 19
4. അവർ പറയുന്നു ഞാൻ തീർന്നുപോയെന്ന് 20
5. വീട് 23
6. നാടു കടത്തപ്പെട്ടവൻ 23
7. ഒരു കട്ടിൽ 26
8. ഭാവിഫലം പറയുന്നവൾ 27
9. ഈറ്റുനോവ് 29
10. സങ്കീർണ്ണ ദൂരങ്ങൾ 30
11. അഭിലാഷം 31
12. ഒരു പുരോഹിത 32
13. അഭിലാഷം 33
14. സങ്കീർത്തനം 34
15. സങ്കീർത്തനം 36
16. ഒരു നക്ഷത്രമല്ല 40
17. മിഹിയാർ രാജാവ് 41
18. അവന്റെ ശബ്ദം 42
19. മരണത്തിനൊരു ക്ഷണം 43
20. പുതിയ ഉടമ്പടിരേഖ 44
21. ആകാശത്തിന്റെ അവസാനം 45
22. അവന്റെ കണ്ണുകളിൽ 46
23. ശബ്ദം 47
24. മുറിവ് 48
25. മന്ത്രം - 1 51
26. സംഭാഷണം 52
27. എന്താണ് വിട്ടുപോരേണ്ടത് 53
28. കണ്ണീരിന്റെ പാലം 54
29. ഞാൻ നിന്നോടു പറഞ്ഞു 55

30. മഴ 56
31. മിന്നൽ 57
32. അതു മതിയാവും 58
33. എന്റെ നിഴൽ, ഭൂമിയുടെയും 59
34. രംഗം 60
35. മിന്നൽപിണർ 61
36. ഒരു രക്താർച്ചന 62
37. യാത്രയയപ്പ് 63
38. സംഭാഷണം 64
39. മന്ത്രം - 2 - 65
40. രാസവിദ്യയുടെ പൂക്കൾ 66
41. കിഴക്കൻദിക്കിലെ മരം 67
42. കെട്ടുപിണഞ്ഞ വടിവുകളുള്ള വൃക്ഷം 68
43. പ്രഭാതവൃക്ഷം 69
44. വിഷാദവൃക്ഷം 71
45. അഗ്നിവൃക്ഷം 72
46. വൃക്ഷം - 1 73
47. വൃക്ഷം - 2 74
48. വൃക്ഷം - 3 75
49. വൃക്ഷം - 4 76
50. വൃക്ഷം - 5 77
51. വൃക്ഷം - 6 78
52. വൃക്ഷം - 7 79
53. ബെയ്‌റൂട്ടിന് ഒരു കണ്ണാടി 80
54. പുരുഷന്റെ പാട്ട് 82
55. സ്ത്രീയുടെ ഗാനം 83
56. വിശന്നു വലയുന്നവൻ 84
57. കോപം 85
58. റ്റാമോർലേന് നാലു പാട്ടുകൾ 86
59. മേഘങ്ങൾക്ക് ഒരു കണ്ണാടി 88
60. സ്വേച്ഛാധിപതിക്ക് ഒരു കണ്ണാടി 89
61. ബുള്ളറ്റ് 90
62. രണ്ടു കവികൾ 91
63. ഒരു സ്വപ്നത്തിന് ഒരു കണ്ണാടി 92
64. ഒരു ചോദ്യത്തിന് ഒരു കണ്ണാടി 93
65. ഇരുപതാം ശതകത്തിനൊരു കണ്ണാടി 94
66. രക്തസാക്ഷി 95

67. ഖാലിദയ്ക്കൊരു കണ്ണാടി 96
68. പ്രണയിയുടെ ഉടലിന് ഒരു കണ്ണാടി 98
69. ഹുസൈൻ പള്ളിക്കൊരു കണ്ണാടി 99
70. അന്വേഷണം 100
71. കവികൾ 101
72. പരീക്ഷണം 102
73. കുട്ടികൾ 103
74. ധൂർത്തൻ 104
75. സംശയത്തിന്റെ ആരംഭം 105
76. കവിതയുടെ ആരംഭം 106
77. ഗ്രന്ഥാരംഭം 107
78. പ്രേമത്തിന്റെ ആരംഭം 108
79. പാതയുടെ തുടക്കം 109
80. കാമത്തിന്റെ ആരംഭം – 1 110
81. പേരിന്റെ ആരംഭം 111
82. കണ്ടുമുട്ടലിന്റെ തുടക്കം 112
83. കാമത്തിന്റെ ആരംഭം – 2 113
84. കാറ്റിന്റെ ആരംഭം 114
85. മരണത്തിന്റെ നാന്ദി 115
86. മിണ്ടാട്ടത്തിന്റെ തുടക്കം 116
87. വചനത്തിന്റെ ആരംഭം – 1 117
88. വചനത്തിന്റെ ആരംഭം – 2 118
89. ശരീരത്തിന്റെ തുടക്കങ്ങൾ കടലിന്റെ ഒടുക്കങ്ങൾ 120
90. കണ്ണാടിക്കുള്ളിൽ ഓടുന്ന കുട്ടി 135
91. കീറത്തുണി 140
92. സംഗീതം 141
93. ചലനം 142
94. അവശിഷ്ടങ്ങൾ 143
95. വാതിലിൻ മറവിലെ ബാല്യകാലം 144
96. കവിതയ്ക്ക് 148
97. യുദ്ധം 150
98. ഉണർവ് 152

"**ജീ**വിക്കുക
കഴിയുന്നത്ര പ്രകാശം ചൊരിയുക
കവിത എഴുതുക
കടന്നുപോവുക
ലോകം എത്രയും
വിശാലമായിത്തീരട്ടെ"

സ്നേഹം

ഈ പാതയും ഈ വീടും
എന്നെ സ്നേഹിക്കുന്നു.
ജീവിക്കുന്നവരും മരിച്ചുപോയവരും,
നീർ കൊതിക്കുന്ന
ചുമപ്പ് നിറമുള്ള മൺകൂജയും
എന്നെ സ്നേഹിക്കുന്നു.

ഈ വയലും അതിന്റെ മെതിക്കളങ്ങളും
അഗ്നിയും അയൽക്കാരനും
എന്നെ സ്നേഹിക്കുന്നു

ലോകത്തെ നന്നാക്കുന്നവരും അവരുടെ
അദ്ധ്വാനിക്കുന്ന കൈകളും
എന്നെ സ്നേഹിക്കുന്നു.
പ്രതിഫലത്തിനു കൈനീട്ടി നിൽക്കാതെ
ആനന്ദത്തോടെ അവർ കടന്നു പോകുന്നു.

എന്റെ സഹോദരൻ-അവന്റെ
കീറക്കുപ്പായങ്ങൾ ചിതറിക്കിടക്കുന്നു
കാലവും ഗോതമ്പുകതിരുകളും
ഒളിപ്പിച്ചുവെച്ച അവന്റെ
വരണ്ടുവറ്റിയ നെഞ്ചിൽനിന്ന്
കീറിപ്പറിഞ്ഞുപോയവ.
ആ നെഞ്ചകം മാംസവർണ്ണമായ
തുടുത്തൊരു രത്നക്കല്ല് പോലെ
രക്തം ചീറ്റിക്കൊണ്ടേയിരിക്കുന്നു.

ഞാൻ ജീവിച്ച കാലമത്രയും
അവൻ സ്നേഹത്തിന്റെ ദൈവമായിരുന്നു.
ഞാനും പോയിക്കഴിഞ്ഞാൽ
സ്നേഹം എന്താവും? ∎

രഹസ്യങ്ങൾ

കൂസലില്ലാതെ വിനയപുരസ്സരം
മരണം നമ്മെ മുറുകെപ്പുണരുന്നു
അവന്റെ രഹസ്യങ്ങളോടൊപ്പം
മറ്റൊരു രഹസ്യമായി
കൊണ്ടുപോകുന്നു
പലകൂട്ടങ്ങളായ നമ്മെ ഒന്നാക്കിത്തീർക്കുന്നു. ∎

വിലാപഗീതികൾ

(എന്റെ അച്ഛന്)

1

അച്ഛൻ ഒരു നാളെയാണ്.
ആഴങ്ങളിൽ നിന്നൊഴുകിവരുന്നുണ്ടത്
ഞങ്ങളിലേക്ക്.
എന്റെ അച്ഛൻ ഒരു സൂര്യനുമാണ്
അതാ ഞങ്ങളുടെ വീടിനുമുകളിൽ
കാർമേഘങ്ങളുയരുന്നു...

ആയാസത്തോടെ കുഴിച്ചുമൂടിയ
ഒരു രഹസ്യമാണച്ഛൻ
ചെളിപിടിച്ചതാണാ നെറ്റിത്തടം
ഞാൻ സ്നേഹിക്കുന്നു
അച്ഛന്റെ അഴുകിയ മണ്ണിനെ, എല്ലിനെ

2

വീടിനു മുകളിൽ
നിശ്ശബ്ദത നെടുവീർപ്പിട്ടിരിക്കുന്നു
മൂകമായൊരു നിലവിളി
കുതിച്ചുയർന്നിരിക്കുന്നു:

അച്ഛൻ മരണത്തിലേക്കു വീണു
ഒരു വയൽ വറ്റിവരണ്ടു
ഒരു കുരുവി പറന്നുപോയി. ■

അവർ പറയുന്നു
ഞാൻ തീർന്നുപോയെന്ന്

അവർ പറയുന്നു
ഞാൻ തീർന്നുപോയെന്ന്
ആനന്ദിക്കാനൊന്നും ശേഷിക്കുന്നില്ലെന്ന്
എണ്ണയില്ലാതായെന്ന്
ജ്വാലയില്ലാതായെന്ന്.
പനിനീർപൂക്കളെ പിന്നിട്ട്
ഞാൻ കടന്നുപോകുന്നു
ഞാൻ ചിരിച്ചാലും കരഞ്ഞാലും
അവർക്കെന്ത്?

റോസാപ്പൂക്കൾ പൊതിഞ്ഞ്
എന്റെ കണ്ണുകളിലും
ആത്മാവിലുമുണ്ടൊരു പ്രഭാതം.
ഞാനതിനെ ശുദ്ധിയാക്കുന്നു
അതെന്നെയും.

ഞാൻ സ്നേഹിക്കുന്നു,
സൗന്ദര്യത്തെ,
ഞാൻ ആരാധിക്കുന്നു
എന്റെ ബുദ്ധിമോശങ്ങളേയും
എന്റേതെന്നു കണ്ടെത്തിയ
എന്നെ കൊണ്ടെത്തിച്ച
എല്ലാറ്റിനേയും ഞാൻ സ്നേഹിക്കുന്നു

എന്റെ രക്തമേ
നിനക്കു ദാഹിക്കുന്നു
'മതിയായെനി'ക്കെന്ന്
എപ്പോഴാണു നീ പറയുക.
ശേഷിക്കുന്ന നാളുകളത്രയും
പന്തയപ്പെടുത്തിയാലും
ഞാൻ ദാഹിക്കുന്നത്
ഒരു വിനാഴികയ്ക്കുവേണ്ടി മാത്രം.

ദാഹിക്കുന്നുണ്ട് ഗഹനമായ
തുറന്ന ഒരേയൊരു ഹൃദയത്തിനായ്
അതിൻ വെട്ടം ചൊരിയട്ടെ
എൻ പാതയിലുടനീളം
അതിൻവെട്ടം കരുതട്ടെ
എൻ സിരകളിൽ
ജിവിച്ചിരിപ്പോർക്കും
മൃതർക്കുമിടയിൽ എവിടെയോ.

നിനക്കു ദാഹിക്കുന്നു-
'മതിയായെനി'ക്കെന്ന്
എന്നിനിപ്പറയും നീ
എൻ യുവത്വമേ
എന്റെ രക്തമേ.

എത്ര മഹനീയമീഭൂമി
ആ മഹത്ത്വം
ആ ഉപഹാരം
എൻമുന്നിലുണ്ടെപ്പൊഴും
എന്നിട്ടുമവർ പറയുന്നു
ഞാൻ തീർന്നുപോയെന്ന്.
ഭൂമിയുടെ കൈകളെന്നെ നുള്ളിപ്പൊളിക്കുന്നു
എങ്കിലുമവളുടെ നെഞ്ചകം
എന്നെ ആരാധിക്കുന്നുണ്ട്
ആശ്വസിപ്പിക്കുന്നുണ്ട്
ആ മുള്ളുകൾ
അവളുടെ പനീർപൂക്കൾ.
എന്നെയാഞ്ഞുപിടിക്കുന്നു

കാലങ്ങളത്രമേലെന്നെ പ്രിയത്താൽ
മുറുക്കിപ്പിടിക്കിലും
എൻപേരു കേൾക്കുമ്പോഴേയവ-
യെത്ര ഉന്മത്തമാകിലും
അവർ പറകയാണിപ്പൊഴും
ഞാൻ തീർന്നുപോയെന്ന്.
പാതകൾ തോറുമെന്നെ
ഒരായിരം ഹൃദയങ്ങൾ അഭിവാദ്യം ചെയ്കിലും
വീടുകൾ നിഴലുകൾ പൊട്ടിച്ചിരിക്കിലും
അവർ പറയുന്നു
ഞാൻ തീർന്നുപോയെന്ന്.

സൗഹൃദം മാനിച്ചു
പാനം ചെയ്യുന്നു ഞാൻ
ഹർഷോന്മാദത്തിലെത്തുവോളം.

കാണുന്നു ഞാൻ, പറയട്ടെ,
എന്നാത്മാവേ ഇപ്പോൾ സ്വതന്ത്ര നീ
എന്താഗ്രഹിച്ചിരുന്നുവോ ഇത്രകാലം
അതു താനാവുക നീയിനി. ∎

വീട്

വീട്ടിലെ പ്രേതങ്ങളെപ്പറ്റിയുള്ള കഥകളാണവ.
കലപ്പയും മെതിക്കളവും ഒളിപ്പിച്ചുവെച്ച,
ഞങ്ങളുടെ ചുണ്ടുകളെ, അതു കടന്നുപോകുന്ന,
ഒരു ചക്രവാളമായി.
ദൂരസഞ്ചാര ശ്രുതികളാൽ
അജ്ഞാത സ്വപ്നങ്ങളാൽ
ഞങ്ങൾ ദീപ്തരാകുന്ന
ഒരു കഥ അതിലുണ്ട്.

കഥയിൽനിന്ന്
ഞങ്ങൾ കുതിച്ചുചാടുന്നത്
ഒരു പ്രപഞ്ചത്തിൽനിന്ന്
മറ്റൊരു പ്രപഞ്ചത്തിലേക്ക്,
പറക്കുന്നൂ
ഒരു തലമുറ
അടുത്ത തലമുറയിലേക്ക് ■

നാടു കടത്തപ്പെട്ടവൻ

പുതുവത്സരത്തിന്റെ ദിവസംതന്നെ
ഞങ്ങൾ പറയുകയായി:

"യാത്രയ്ക്കു കെട്ടുമുറുക്കുക
ദൂരേക്കു ലക്ഷ്യം വെയ്ക്കുക, അല്ലെങ്കിൽ
മഞ്ഞുകൂടാരങ്ങളിൽ കഴിയുക
ഇനിയൊരിക്കലും
ഇത് നിങ്ങളുടെ രാജ്യമാവുകയില്ല."

നുഴഞ്ഞുകയറ്റക്കാരനെതിരെ
കലാപമുയർത്തിയവർ ഞങ്ങൾ,
അവരിപ്പോൾ നശിപ്പിക്കപ്പെട്ടവർ
നാടുകടത്തപ്പെട്ടവർ–
ശൂന്യതയിൽ നിലവിളികളുമായി
ഞങ്ങൾ നടക്കുന്നു
മുന്നിലും പിന്നിലും
ഞങ്ങളുടെ ദിനങ്ങൾ
മരവിച്ച ഉടലുകൾ
രക്തംപോലെ കോച്ചി വലിക്കുന്നു,
ജീവൻ നിലനിർത്താൻ ഞൊടിയിടയേ ഉള്ളൂ
ഈ ഭ്രമണം കാലരഹിതം.

നാടു കടത്തപ്പെട്ട്
പാതകളിൽ നഷ്ടപ്പെട്ട്
കൈകാലുകൾ, ഹൃദയവും, ശൂന്യമായി
ഞങ്ങൾ – വിശപ്പിന്റെ നിലവിളികൾ.
കാറ്റുകൾ
ഞങ്ങളുടെ ഉടുവസ്ത്രങ്ങൾ.
പ്രഭാതംപോലും കാഴ്ചയിൽനിന്നോടിമറയുന്നു
വെറുപ്പുകൊണ്ടു കണ്ണുകൾ അഞ്ചിപ്പോകുന്നു.

ഹാ, ഹൃദയമേ നിൽക്കൂ
ഞങ്ങളെ കൈവിടരുതേ,

വിധിയെ അവഗണിക്കാതിരിക്കൂ
വിശപ്പിലും കടുത്ത നിരാശയിലും
വിധിക്കെതിരെ പോരാടരുതേ.
ഈ മണ്ണിലുറച്ചുനിൽക്കുക വളരുക
നാളെ ഒരുപക്ഷേ പറഞ്ഞുകേൾക്കാം-
ഈ ഭൂമിയിൽനിന്ന്
ഒരു പോരാട്ടം ഉയർന്നുവന്നെന്ന്
നമ്മുടെ കൈകളാണ്
അതിനെ പോറ്റിവളർത്തിയതെന്ന്
നമ്മുടെ ശബ്ദങ്ങളാണ്
അതിന് അന്നമായതെന്ന്
പുതിയൊരു പ്രഭാതത്തിനായുള്ള
നിലയ്ക്കാത്തൊരു
അന്വേഷണമായിരുന്നു അതെന്ന്. ∎

ഒരു കട്ടിൽ

ഞങ്ങളുടെ വീട്ടിൽ ഒരു കട്ടിലുണ്ട്
അവശതയുടെ ചരടുകൾകൊണ്ട്
അച്ഛന്റെ ആത്മാവ് മെനഞ്ഞെടുത്തത്.

അതെന്നോടു പറയുന്നു:
മുറിച്ചുവെച്ചൊരു മരക്കൊമ്പുപോലെയാണ് നീ
അച്ഛന്റെ പരുക്കൻ കമ്പിളിയിൽ ഇരുന്നത്
അച്ഛന്റെ മനസ്സിലോ-
നീ നാളെയുടെ നാളെ ആയിരുന്നു.

ഞങ്ങളുടെ വീട്ടിൽ ഒരു കട്ടിലുണ്ട്
അത് എങ്ങോ അലസമായി നീക്കിയിട്ടിരിക്കുന്നു
മച്ചിലേക്ക്
കുമ്മായക്കട്ടയിലേക്കും കല്ലിലേക്കും
എന്നെ അടുപ്പിക്കുന്നത് ആ കട്ടിലാണ്.
അതിന്റെ തുളകളിൽ ഞാൻ കാണുന്നു
ആച്ഛന്റെ ആഞ്ഞുപുണരുന്ന കയ്യുകൾ
അച്ഛന്റെ ഹൃദയം
വീടിനെ ആഴത്തിൽ ചൂഴ്ന്നുനിൽക്കുന്ന
തീവ്രമായ ജീവാസക്തി.

അതെന്നെ കാക്കുന്നു
സ്നേഹത്താൽ പൊതിയുന്നു
പ്രാർത്ഥനകളാൽ എന്റെ പാതകളെ
വരച്ചുവെയ്ക്കുന്നു,
വിശ്വാസപൂർവം നീട്ടുന്നു
അച്ഛന്റെ പൊന്നോടക്കുഴൽ,
അതിൽ ഒരു കാടുനിറയെ സംഗീതവും. ∎

ഭാവിഫലം പറയുന്നവൾ

അവളുടെ പുരികങ്ങൾ
എന്റെ അജ്ഞാതവിധിയെ
മുഴക്കുന്ന മണികൾ,
ഈ നിമിഷത്തെക്കുറിച്ച്
ആശങ്കയെക്കുറിച്ച്
ഞാനെന്തായിരുന്നുവോ
അതിനെക്കുറിച്ചെല്ലാം
എന്നോടു പറയുന്ന കുടമണികൾ.

അവളുടെ നോട്ടങ്ങൾ
അടയാളം കാട്ടലുകൾ
വിളക്കുകൾ പോലെ തെളിഞ്ഞ്;
കാലത്തിന്റെ കൺപീലികളിൽ
തൂങ്ങിയാടുന്ന പോലെ,
അവൾ പ്രഭാതത്തിൽ
മേഘഛായയിൽ
കാറ്റിൽ
സ്വസ്ഥതയിലോ അസ്വസ്ഥതയിലോ
അവൾ ചുമക്കുന്നു
അതാതുകാലത്തിന്റെ കുരുക്കുകൾ.

അവളെന്റെ വിരലുകൾ ചേർത്തു പിടിക്കുന്നു
തുറിച്ചുനോക്കുന്നു
ഹൃദയഭാരത്തോടെ നോക്കിനിൽക്കുന്നു
ഗുഹകളിലൂടെ തിരഞ്ഞുപോകുന്നു
അക്ഷരമാലകൾ കുഴിച്ചെടുക്കുന്നു.

നിങ്ങൾക്കു ചിരി വരുന്നില്ലേ
നിങ്ങളുടെ നെറ്റി ചുളിയുന്നില്ലേ
നിങ്ങളെന്തോ മുറുമുറുക്കുന്നില്ലേ?

ഇതാണെന്റെ കൈ എടുത്തുകൊൾക
മുന്നൊരുക്കമില്ലാതെ
പാടിക്കോളൂ
തൽക്ഷണം പാടിക്കോളൂ
മന്ത്രിച്ചോളൂ
പക്ഷേ ഒന്നും
ഉച്ചത്തിൽ വിളിച്ചുപറയാതിരിക്കാൻ
കരുതിയിരിക്കുക. ∎

ഈറ്റുനോവ്

പ്രഭാതം
എന്റെ കണ്ണിന്റെ ജാലകം തുറക്കുന്നത്
ആർക്കുവേണ്ടി
എന്റെ വാരിയെല്ലുകൾക്കിടയിലൂടെ
അത് ഒരു പാത തിളക്കുന്നത്
ആർക്കുവേണ്ടി?

എന്തിനാണ് മരണം
എന്നിലൂടെ മിടിക്കുന്നതും
ഞൊടിനേരത്തിലേക്ക്
ജീവനെ കെട്ടിയിടുന്നതും?

എന്റെ രക്തം
കാലത്തിന്റെ ഗർഭപാത്രമാവുമെന്ന്
ഞാനറിഞ്ഞിട്ടുണ്ട്
എന്റെ ചുണ്ടുകളിൽ പ്രകമ്പനം കൊള്ളുന്നത്
സത്യത്തിന്റെ ഈറ്റുനോവാണെന്നും. ∎

സങ്കീർണ്ണ ദൂരങ്ങൾ

എന്റെ കൈകൾ
അവളുടെ വസ്തുവകകൾ
ശേഖരിക്കുമ്പോൾ
ഞാൻ ഗോതമ്പുതണ്ടുകൾപോലെ കുനിയുമ്പോൾ
കൊയ്തിട്ടില്ലാത്തൊരു ചക്രവാളംപോലെ
മൃദുലലോലമായ ചുവടുകളോടെ
ഒരു വെളിച്ചം
എന്നിലൂടെ കടന്നുപോകുന്നു.
അതിന്റെ വഴികൾ മുള്ളു പാകിയത്
അപ്പോഴേക്കും നിശ്ശബ്ദത
എന്റെ പേര് വിളിക്കാൻ തുടങ്ങുന്നു.

എന്റെ വീടും ഞാനും
നടുപ്പുലർവെട്ടത്തിൽ-

പ്രായം ചെന്നൊരു പൂവ്
ചത്തുപോയൊരു തൂക്കണാംകുരുവിയുടെ
കൊക്ക്. ■

അഭിലാഷം

അഭിലാഷത്തെക്കവിഞ്ഞൊരു
ആഗ്രഹമെനിക്കുണ്ട്
വത്സരങ്ങളുടെ നെഞ്ചകങ്ങളെ
നിറയ്ക്കുന്നതെന്തോ
അതിലും വലിയൊരു ആഗ്രഹമെനിക്കുണ്ട്
മറ്റൊരു ലക്ഷ്യവും അറിയില്ലെന്ന മട്ടിൽ
കാര്യങ്ങൾ അതിനെ സമീപിക്കുന്നു,
പറഞ്ഞുകേൾക്കുന്നു:
അതില്ലാതെ നാം
ഒന്നുമായിത്തീരുകയില്ല.

അതിനെക്കാൾ തന്നെ
അത് മഹത്തരമാണെന്ന മട്ടിൽ
ഈ ആഗ്രഹം കുതിച്ചുയരുന്നു, പടരുന്നു
ഒരിക്കലും സംതൃപ്തമാകാതെ.

അതിൽനിന്നുതന്നെ
അതുതന്നെ മോചിതമാകാൻ
ആഗ്രഹിക്കുന്നു
ആകാശത്തെ ഭൂമിയോട് ബന്ധിപ്പിക്കാൻ
അത് ആഗ്രഹിക്കുന്നു. ∎

ഒരു പുരോഹിത

ഒരു പുരോഹിത എന്റെ മുമ്പിലെത്തി
സുഗന്ധദ്രവ്യങ്ങൾ കത്തിച്ച്,
തന്റെ കൺപോളകൾ നക്ഷത്രങ്ങളാണെന്ന മട്ടിൽ
സ്വപ്നം കാണാൻ തുടങ്ങി.

തലമുറകളുടെ പ്രവാചകരേ
പിറന്നുവീണ ഒരു ദൈവത്തെക്കുറിച്ച്
എന്തെങ്കിലും ഞങ്ങളോടു പറയുവിൻ,
പറയുവിൻ:
അവന്റെ കണ്ണുകളിൽ
ആരാധ്യമായെന്തെങ്കിലുമുണ്ടോ? ∎

അഭിലാഷം

('ഒന്നാം നൂറ്റാണ്ടിനുള്ള വിലാപഗീതം'
എന്ന കവിതയിൽനിന്ന്)

മണിമുഴക്കങ്ങൾ
ഞങ്ങളുടെ കൺപീലികളിൽ
മരണത്തിന്റെ കഠോര വേദന
ഞങ്ങളുടെ കൺപീലികളിൽ.

ഞാനാകട്ടെ
വാക്കുകളുടെ വയലുകൾക്കിടയിൽ
മണ്ണുകൊണ്ട് മെനഞ്ഞ കുതിരപ്പുറത്തെ
ഒരു വീര യോദ്ധാവ്
എന്റെ ശ്വാസകോശങ്ങൾ എന്റെ കവിത
എന്റെ കണ്ണുകൾ ഒരു പുസ്തകം.
ഞാനാകട്ടെ, ഒരു കവി-
വാങ്മയചർമ്മത്തിന്നടിയിൽ
നുരയും പതയുമേന്തിത്തുളുമ്പും കരകളിൽ
പാടിപ്പാടിമരിച്ചവൻ,
ഈ ആലാപിത വിലാപഗാനം
ഇവിടെ വിട്ടുപോകുന്നു
കവികളുടെ മുൻപാകെ
ആകാശവിളുമ്പിലെ പക്ഷികൾക്കായി. ∎

സങ്കീർത്തനം

ഒരു കാടുപോലെ
മേഘം പോലെ
നിരാകരിക്കാനാവാതെ
കഴിവും ഗുണവും നഷ്ടപ്പെട്ട്
അവൻ വരുന്നു.

ഇന്നലെ അവൻ ചുമന്നു
ഒരു ഭൂഖണ്ഡത്തെ മുഴുവൻ
ഇന്നലെ അവൻ ഇളക്കിമാറ്റി
ഒരു സമുദ്രത്തെ മുഴുവൻ.

പകലിന്റെ കാണാക്കരയെ
അവൻ വരയ്ക്കുന്നു
തന്റെ ചുവടുകളിൽ തെളിയിക്കുന്നു
പകൽവെട്ടത്തെ,
രാത്രിയുടെ പാദുകങ്ങളെ
കടംകൊള്ളുന്നു
പിന്നെ, ഒരിക്കലും വരാത്ത ഒന്നിനായി
കാത്തുനിൽക്കുന്നു.
പദാർത്ഥ ശാസ്ത്രമാകുന്നു അവൻ,
അറിയുന്നു അവയെ
പേരിടുന്നു അവയ്ക്ക്;
എന്നാൽ ഒരിക്കലും വെളിപ്പെടുത്തുന്നുമില്ല.
അവൻ യാഥാർത്ഥ്യമാകുന്നു
അതിന്റെ വിപരീതവുമാകുന്നു
അതിന്റെ ജീവനായിരിക്കെ
അതിന്റെ അപരവുമാകുന്നു.

കല്ല് ഒരു തടാകമാകുമ്പോൾ
നിഴൽ ഒരു നഗരമാകുമ്പോൾ
അവൻ ജീവനോടെ വരുന്നു, ജീവിക്കുന്നു
നിരാശയെ തട്ടിമാറ്റുന്നു

പ്രതീക്ഷയ്ക്കൊരിടമൊരുക്കുന്നു
നൃത്തം ചെയ്യുന്നു.
അഴുക്കും മണ്ണും പൊടിയും
കോട്ടുവായിടുന്നു
മരങ്ങൾ ഉറക്കം തൂങ്ങിവീഴുന്നു.

ഇതാ അവൻ ഇവിടെ
നമ്മുടെ യുഗത്തിന്റെ നെറ്റിയിൽ
ഒരു മാന്ത്രിക അടയാളം വരച്ചുകൊണ്ട്
ചുറ്റുവട്ടത്തിന്റെ അതിർത്തികൾ കുറിക്കുന്നു.

അവൻ ജീവിതത്തെ നിറയ്ക്കുന്നു
ആരും അവനെ കാണുന്നുമില്ല

ജീവിതത്തെ നുരയും പതയും തിരയുമാക്കി
അവൻ ഊളിയിടുന്നു
നാളെയെ അവൻ ഇരയാക്കി
വേട്ടയാടുന്നു
നഷ്ടത്തിന്റെ ഓരങ്ങളിൽ
ചിന്തേരിട്ടതാണ് അവന്റെ വാക്കുകൾ
നഷ്ടം, നഷ്ടം, നഷ്ടം.

മുഖത്തു കണ്ണുകളുണ്ടെങ്കിലും
അന്ധാളിപ്പാണ് അവന്റെ രാജ്യം
അവൻ ഭീതിപ്പെടുത്തുന്നു
ഉത്തേജിപ്പിക്കുകയും ചെയ്യുന്നു
അവൻ ഞെട്ടിത്തെറിക്കുന്നു
നിന്ദയാൽ കവിഞ്ഞൊഴുകുന്നു
മനുഷ്യനെ തൊലിച്ചുകൊണ്ടിരിക്കുന്നു

ഒരിക്കലും പിൻമാറാത്ത കാറ്റാണവൻ
ഉറവിടത്തിലേക്ക് മടങ്ങിപ്പോകാത്ത
ജലമാണവൻ
അവനിൽനിന്നു തുടങ്ങുന്ന ഒരു വംശത്തെ
അവൻ സൃഷ്ടിക്കുന്നു
അവനില്ല സന്തതികൾ
ചുവടുകൾക്കില്ല വേരുകൾ
കാറ്റുപോലെ പൊന്തിപ്പൊന്തി
ആഴങ്ങൾക്കുമീതേ അവൻ സഞ്ചരിക്കുന്നു. ∎

സങ്കീർത്തനം
('ദമാസ്കസിലെ മിഹിയറിന്റെ
പാട്ടു'കളിൽനിന്ന്)

ഞാനെന്റെ സ്വദേശത്തെ താലോലിക്കുകയാണ്.

ഒരു ഒട്ടകപ്പക്ഷിയുടെ കൺപീലികൾ-
ക്കിടയിലൂടെയാണ് ഞാൻ
അതിന്റെ ഭാവിയെ നോക്കിക്കാണുന്നത്.
ഞാൻ അതിന്റെ ചരിത്രകാലങ്ങളെ താലോലിക്കുകയാണ്.
പിന്നെ ഞാനവയ്ക്കുമീതേ
ഉൽക്കയായും കൊടുങ്കാറ്റായും പതിക്കുന്നു.
പകൽവെട്ടത്തിന്റെ മറുവശത്ത്
ഞാൻ അതിന്റെ ചരിത്രം വീണ്ടും തുടങ്ങുകയായി.

അപ്പുറത്തെ വക്കിൽ നിനക്ക് അപരിചിതനായി
എനിക്കു മാത്രമായുള്ള ഒരു ദേശത്തു ഞാൻ ജീവിക്കുന്നു.
ഉറക്കത്തിലും ഉണർച്ചയിലും
ഒരു പൂവിടർത്തി ഞാനതിൽ കുടികൊള്ളുന്നു.

എന്തോ ഒന്ന് ചൈതന്യവത്തായി പ്രത്യക്ഷപ്പെടേണ്ടതുണ്ട്.
മിന്നൽപിണരിനുവേണ്ടി എന്റെ തൊലിക്കുള്ളിൽ
ഞാൻ ഗുഹകൾ തുറന്നുവെയ്ക്കുന്നതും
അതിനു പാർക്കാനായി കൂടുകളുണ്ടാക്കുന്നതും
അതുകൊണ്ടാണ്. ശിലയിലൂടെ, ശിശിരത്തിലൂടെ-
തൊലിക്കും രോമകൂപങ്ങൾക്കുമിടയിൽ-
തുടയ്ക്കും തുടയ്ക്കും ഇടയിൽ-
വൈക്കോൽത്തുരുമ്പുപോലെ കരിവാളിച്ച
വിഷാദാധരങ്ങളിലൂടെ ഒരു മിന്നൽപോലെ
എനിക്കു കടന്നുപോകേണ്ടതുണ്ട്.

അതുകൊണ്ടാണ് ഞാൻ പാടുന്നത്:
"എന്റെ അടുത്തേക്കു വരൂ,
നമ്മുടെ മൃത്യുവിനുതകുന്ന രൂപമായി കടന്നു വരൂ."

അതുകൊണ്ടാണ് നിലവിളിച്ചു പാടുന്നത്:
"ഈ ഇടം കൈക്കൊള്ളുവാൻ ആരു നമ്മെ പ്രാപ്തമാക്കും,
നമ്മെ മരണം ഊട്ടുന്നത് ആരാണ്?"

ഞാൻ നീങ്ങുന്നു എന്നിലേക്കുതന്നെ, നാശങ്ങളിലേക്കും.
മഹാവിപത്തിന്റെ തള്ളൽ എന്നെ മറികടക്കുന്നു-
ഒരു കയറുപോലെ ഈ ഭൂമിയെ
ചുറ്റിവരിഞ്ഞു നിൽക്കാൻ വയ്യാത്തത്ര ചെറുതാണ് ഞാൻ.
ചരിത്രത്തിന്റെ മുഖത്തിലൂടെ
തുളച്ചു പോകാൻ തക്ക മൂർച്ചയും എനിക്കില്ല.
ഞാൻ നിന്നെപ്പോലെയാവണമെന്ന് നീ ആവശ്യപ്പെടുന്നു.
നിന്റെ പ്രാർത്ഥനകളുടെ കുട്ടകത്തിലിട്ട്
എന്നെ വേവിക്കുകയാണ് നീ. പട്ടാളക്കാരുടെ സൂപ്പുമായും
രാജാവിന്റെ സുഗന്ധദ്രവ്യങ്ങളുമായും നീയെന്നെ
കൂട്ടിക്കലർത്തുന്നു. നിന്റെ ഗവർണർക്കുള്ള താവളമാക്കി
നീയെന്നെ കീലടിക്കുന്നു. എന്റെ തലയോട്ടി
അവന്റെ പതാകയായി നീ ഉയർത്തിപ്പിടിക്കുന്നു-
ഹാ, എന്റെ മരണമേ
എന്തും വരട്ടെ പിന്നെയും നിന്നെത്തേടി
ഓടിയോടിയോടി വരികയാണ് ഞാൻ.

ഒരു മരുമരീചികയോളമുള്ള ദൂരം
എന്നെയും നിന്നെയും അകറ്റി നിർത്തിയിരിക്കുന്നു.

നിന്നിലെ കഴുതപ്പുലികളെ ഇളക്കിവിടുകയാണ് ഞാൻ.
ദൈവങ്ങളെ ഉണർത്തുകയാണു ഞാൻ.
ഭിന്നിപ്പും വൈരവും നട്ടുവളർത്തുകയാണ്
നിന്നിൽ ഞാൻ. നിന്നെ ജ്വരതപ്തമാക്കുകയാണു ഞാൻ.
പിന്നെ നിന്നെ പഠിപ്പിക്കുന്നു
ഞാൻ വഴികാട്ടികളില്ലാതെ സഞ്ചരിക്കുവാൻ.
നിന്റെ പ്രധാനദിശകൾക്കിടയിൽ
ഞാനൊരു കൊടിമരമാകുന്നു;
ഭൂമിയിൽ നടന്നു നീങ്ങുന്നൊരു ഉറവയാകുന്നു.
നിന്റെ തൊണ്ടയിൽ ഞാനൊരു നടുക്കമാകുന്നു;
നിന്റെ വാക്കുകൾ എന്റെ ചോര പുരണ്ടതാണ്.

നിന്റെ മാലിന്യങ്ങളിൽ ബന്ധിതനാകെ,
പല്ലികൾപോലെ നീ എന്റെയടുത്തേക്കു ഇഴഞ്ഞു വരുന്നു.
എന്നാൽ ഒന്നുകൊണ്ടും നാം ബദ്ധരല്ല,
ഓരോന്നും നമ്മെ വേർതിരിക്കുന്നു.

ഞാൻ തനിയെ കത്തിത്തീരും;
ഒരു പ്രകാശശൂലം പോലെ നിന്നിലൂടെ ഞാൻ തുളച്ചു പായും.

എനിക്ക് നിന്നോടൊപ്പം ജീവിക്കാനാവില്ല;
നിന്നെയൊഴിച്ചും എനിക്ക് ജീവിക്കാനാവില്ല.
എന്റെ ഇന്ദ്രിയങ്ങളിലെ വേലിയേറ്റത്തിരമാലകളാണ് നീ.
നിന്നിൽ നിന്ന് എനിക്ക് ഒളിച്ചോടാനാവില്ല.
"കടൽ, കടൽ!" എന്നലറിവിളിച്ച് കുതിക്കുക-
എങ്കിൽ ഉറപ്പിച്ചുകൊള്ളുക: ഉമ്മറപ്പടിക്കു മുകളിൽ
സൂര്യനിൽനിന്നു മെനഞ്ഞ ജപമണികൾ
തൂക്കിയിടേണ്ടിവരുമെന്നും.

എന്റെ ഓർമ്മയെ പിച്ചിക്കീറുക, അതിന്റെ വാക്കുകൾക്കടിയിൽ
എന്റെ മുഖം കണ്ടെത്തുക, എന്റെ അക്ഷരമാല കണ്ടെത്തുക.
നുരയും പതയും എന്റെ മാംസത്തെ നെയ്തുകൊണ്ടിരിക്കെ,
എന്റെ രക്തത്തിൽ കല്ലുകളൊഴുകിക്കൊണ്ടിരിക്കെ,
നീ എന്നെ കാണും.

വൃക്ഷകാണ്ഡത്തിനുള്ളിലെന്നപോലെ
സുരക്ഷിതനാണ് ഞാൻ.
സാന്നിധ്യം തോന്നിക്കുമെങ്കിലും
പിടികൂടാനാവാത്ത വായുവാണ് ഞാൻ.
ഞാനൊരിക്കലും നിനക്ക് കീഴടങ്ങുകയില്ല.

ലൈലാക്കുകളുടെ ഞെറികൾക്കുള്ളിലാണ് പിറന്നത്.
മിന്നൽപ്പിണരിന്റെ ഭ്രമണപഥത്തിലാണ് വളർന്നത്.
ഇപ്പോഴോ, ജീവിക്കുന്നു വെളിച്ചത്തിനും പുല്ലിനും ഇടയിൽ.
ഞാൻ കൊടുങ്കാറ്റായലച്ചുണരുന്നു; മിന്നിത്തെളിയുന്നു,
പൊടുന്നനെ മേഘമായിത്തീരുന്നു. ഞാൻ മഴയാവുന്നു;
മഞ്ഞാവുന്നു. നാഴികവിനാഴികകളാണെന്റെ ഭാഷ.
പകൽവെളിച്ചമാണ് എന്റെ ജന്മദേശം.

(ജനങ്ങൾ ഉറക്കത്തിലാണ്. മരിക്കുമ്പോൾ മാത്രമാണ് അവർ
ഉണരുന്നത്) അഥവാ പറഞ്ഞു കേട്ടിട്ടുള്ളതുപോലെ:
"ഉറക്കത്തിൽ നിങ്ങൾക്കൊരിക്കലും ബോധമുണ്ടാവരുത്,
ഉണ്ടായാൽ നിങ്ങൾ മരിക്കും." അഥവാ പറയപ്പെടാവുന്നത്...

നീയെന്റെ ജാലകത്തട്ടുകളിലെ പൊടിയും ചെളിയുമാണ്.
നിന്നെ തൂത്തുമാറ്റേണ്ടതുണ്ട്. ഭൂപടം സ്വയം വരയ്ക്കുന്ന
ആസന്നമായ പ്രഭാതമാണു ഞാൻ

എന്നിരുന്നാലും എല്ലാ രാത്രികളിലും നിനക്കുവേണ്ടി
ആളിക്കത്തിയ ജ്വരമുണ്ടെന്റെയുള്ളിൽ.

ഞാൻ കാത്തിരിക്കുന്നു നിനക്കു വേണ്ടി
തീരത്തടിഞ്ഞരാത്രിയുടെ ചിപ്പിക്കുള്ളിൽ
കടലിന്റെ അഗാധതയിൽനിന്നുള്ള ഇരമ്പത്തിൽ
ആകാശമുനമ്പിലെ പൊത്തുകളിൽ
ലിൻഡെൻ, അക്കേഷ്യാമരങ്ങളിൽ
പൈനുകൾക്കും സിഡാറുകൾക്കും ഇടയിൽ
തിരകളുടെ അടിവയറ്റിൽ, ഉപ്പിൽ
ഞാൻ നിനക്കായി കാത്തിരിക്കുന്നു. ∎

ഒരു നക്ഷത്രമല്ല

ഒരു നക്ഷത്രമല്ല
ഒരു പ്രവാചകന്റെ പ്രചോദനമല്ല
ചന്ദ്രനെ ആരാധിക്കുന്ന ഒരു ഭക്തമുഖവുമല്ല
അവൻ ഇതാ വരുന്നൂ
ഒരു അവിശ്വാസിയുടെ കുന്തംപോലെ
അക്ഷരമാലകളുടെ ലോകത്തെ ആക്രമിച്ചുകൊണ്ട്
ചോര ചിന്തിക്കൊണ്ട്
ശിരസ്സിലെ വ്രണത്തെ
സൂര്യനുനേരേ ഉയർത്തിക്കൊണ്ട്.
അവൻ ഇതാ വരുന്നൂ
ശിലയുടെ നഗ്നത ധരിച്ചുകൊണ്ട്
ഗുഹകളിലേക്ക് തന്റെ പ്രാർത്ഥനകളെ
ആഞ്ഞുകയറ്റിക്കൊണ്ട്.

ഇതാ അവൻ വരുന്നൂ
ഒട്ടും കനമില്ലാത്തൊരു
ഭൂതലത്തെ പുണർന്നുകൊണ്ട്. ■

മിഹിയാർ രാജാവ്

*മിഹിയാർ രാജാവ്
ഒരു പരമാധികാരി
സ്വപ്നമാണവന്റെ കൊട്ടാരം
സ്വപ്നമാണവന്റെ
അഗ്നിയുടെ ഉദ്യാനങ്ങൾ.
ഒരിക്കൽ ഒരു ശബ്ദം
അവനെതിരെ പരാതിപ്പെട്ടു
മരിച്ചു,
കാറ്റിന്റെ സാമ്രാജ്യത്തിലാണവൻ വസിക്കുന്നത്
രഹസ്യങ്ങളുടെ ഭൂമിയിലാണവൻ ഭരിക്കുന്നത്. ■

---

* മിഹിയാർ : പൗരുഷത്തിന്റെ പ്രതീകം; അറേബ്യൻ പോരാളിയായ കവി.

അവന്റെ ശബ്ദം

മിഹിയാർ, ഇഷ്ടക്കാർ വഞ്ചിച്ചൊരു മുഖം
മിഹിയാർ, ഒരിക്കലും മുഴങ്ങാത്ത മണികൾ
മിഹിയാർ, എല്ലാ മുഖങ്ങളിലും എഴുതപ്പെട്ട വാക്ക്
ഒരു ഗാനം - ഓർക്കാപ്പുറത്ത്
നമ്മെ സന്ദർശിക്കുന്നൂ
വെളുവെളുത്ത പാതകളിൽ
അനാഥമാക്കപ്പെട്ട
കപ്പലപകടത്തിൽപെട്ട്
ദൂരദേശത്തെവിടെയോ
എത്തിപ്പെട്ടവന്റെ മണിനാദം
ഗലീലികുന്നുകളിൽ
പ്രതിധ്വനിക്കുന്നപോലെ, മിഹിയാർ. ∎

മരണത്തിനൊരു ക്ഷണം

(സംഘഗാനം)

ആഞ്ഞടിക്കുന്നൂ മിഹിയാർ
നമ്മൾക്കുനേരേ ആഞ്ഞടിക്കുന്നു
വാട്ടുന്നു കരിക്കുന്നു അവൻ നമ്മെ.
നമ്മുടെയീ ജീവന്റെ ചർമ്മത്തെ
തിരുമ്മിത്തിരുമ്മിയവൻ പുണ്ണാക്കുന്നു.

ഹാ, ക്ഷമ നമ്മളിൽനിന്നകറ്റുന്നൂ അവൻ
ഹൃദയനിർമ്മലഭാവമെല്ലാമവനകറ്റുന്നൂ.

ഇനിയെന്ത്, കീഴടങ്ങുക ഭീകരതയ്ക്ക്
ഇനിയെന്ത്, കീഴടങ്ങുക ദുരന്തത്തിന്
ദൈവങ്ങളെ
സ്വേചരാധിപതികളെയും
പലകാലം വേട്ടൊരു രാജ്യം
ഇനിയവന്റെയഗ്നിക്ക്
കീഴടങ്ങുകതന്നെ. ■

പുതിയ ഉടമ്പടിരേഖ

ഈ വാക്കുകളൊക്കെ എങ്ങനെ പറയണമെന്ന്
അവനറിയുന്നില്ല
പരിഭ്രാന്തിയുടെ ശബ്ദമെന്തെന്ന്
അവനറിയുന്നില്ല
അപരിചിതഭാഷകളാൽ ഞെരുങ്ങിപ്പോയ,
ഒരു ശിലപോലെ ഉറങ്ങുന്ന
പുരോഹിതനാണവൻ.

മന്ദിച്ചു പിൻവാങ്ങിയ കാറ്റുകൾക്കായി
മാന്ത്രികച്ചെമ്പുതകിടുപോലെയുള്ള
തന്റെ കവിതകളർച്ചിച്ചുകൊണ്ട്
പുതിയ അക്ഷരമാലകളുടെ കാലാവസ്ഥയിൽ
പരുക്കൻ പാറകൾക്കു കീഴിൽ
ഇതാ അവൻ ഇഴഞ്ഞുനീങ്ങുന്നു.

തിരമാലകളിലുരുണ്ടു നീങ്ങുന്ന
ഒരു നാട്ടുപേച്ചാണവൻ
അപരിചിതവാക്കുകളുടെ
അശ്വാരൂഢയോദ്ധാവാണവൻ. ∎

ആകാശത്തിന്റെ അവസാനം

അടുത്തുകൊണ്ടിരിക്കുന്ന നഗരത്തിന്റെ കിണറിലേക്ക്
തന്റെ കണ്ണുകൾ വലിച്ചെറിയുന്നതാണ്
അയാൾ സ്വപ്നം കാണുന്നത്
ആഴങ്ങളിലേക്ക് നൃത്തം ചെയ്തുനീങ്ങുന്നതാണ്
അയാൾ സ്വപ്നം കാണുന്നത്.

തെരുതെരെ ഓരോരോ വസ്തുക്കൾ
വാരിവിഴുങ്ങിക്കൊണ്ടിരിക്കുന്ന
തന്റെ ദിനങ്ങളെ,
അവയെ സൃഷ്ടിക്കുന്ന ദിനങ്ങളെ, മറക്കുന്നതാണ്
അയാൾ സ്വപ്നം കാണുന്നത്.

കടലുപോലെ കുതിച്ചുയരുകയും
തകരുകയും ചെയ്യുന്നതാണ്
അയാൾ സ്വപ്നം കാണുന്നത്:
സ്വയം ജനിക്കാനായി
രഹസ്യങ്ങളെ നിർബന്ധിക്കുന്ന ഒരു കടൽ,
ആകാശത്തിന്റെ അവസാനത്തിൽ
പുതിയൊരാകാശം ആരംഭിക്കുന്ന ഒരു കടൽ. ∎

അവന്റെ കണ്ണുകളിൽ

കണ്ണുകളിൽ ഒരു മുത്തുമായാണ്
അവൻ നടക്കുന്നത്
ദിനാന്ത്യങ്ങളിൽനിന്ന്
കാറ്റുകളിൽനിന്ന്
അവൻ കൈക്കലാക്കുന്നു, ഒരു തീപ്പൊരി.
അവന്റെ കൈകളിൽനിന്ന്
മഴയുടെ ദ്വീപുകളിൽനിന്ന്
ഉയരുന്നൂ ഒരു പർവതം
അവൻ സൃഷ്ടിക്കുന്നൂ പുലർകാലം.

എനിക്കറിയാം-
സമുദ്രങ്ങളുടെ പ്രവചനമാണ്
അവന്റെ കണ്ണുകളിൽ.
അവൻ എനിക്ക്
ചരിത്രം എന്നു പേരിട്ടു
ഏതൊരിടവും പവിത്രമാക്കുന്ന കവിതയെന്ന്
എനിക്കു പേരിട്ടു
എനിക്കറിയാം അവനെ-
അവൻ എനിക്ക്
പ്രളയം എന്നു പേരിട്ടു. ■

ശബ്ദം

തുഴകൾക്കും പാറകൾക്കുമിടയിൽ
അയാൾ കരയടുക്കുന്നു,
നഷ്ടപ്പെട്ടവരെ കണ്ടുമുട്ടുന്നു-
വധുക്കൾക്കു വെച്ചുനീട്ടിയ ഭരണികളിൽ
കടൽച്ചിപ്പികളുടെ നിമന്ത്രണങ്ങളിൽ.

അയാൾ പ്രഖ്യാപിക്കുന്നു
- നമ്മുടെ വേരുകളുടെ പിറവി
നമ്മുടെ പരിണയങ്ങൾ
തുറമുഖങ്ങൾ
പാട്ടുകാർ.
-നമ്മുടെ സാഗരങ്ങളുടെ പുനർജന്മം.
അയാൾ വിളിച്ചുപറയുന്നു ∎

മുറിവ്

കാറ്റിന്നടിയിലുറങ്ങിക്കിടക്കുന്ന ഇലകൾ
മുറിവുകളുടെ നൗക
ഓരോരുത്തരുടെമേൽ തകർന്നടിഞ്ഞ യുഗങ്ങൾ
എല്ലാം മുറിവിന്റെ മഹത്വം
നമ്മുടെ കൺപീലികളിൽനിന്നുയരുന്ന വൃക്ഷങ്ങൾ
മുറിവിന്റെ തടാകം.

നമ്മുടെ പ്രേമത്തിന്റെയും മരണത്തിന്റെയും
കരകൾക്കിടയിൽ
ക്ഷമയൊരു തരത്തിലും അവസാനിക്കാത്ത,
ചുടല നീണ്ടുനീണ്ടുപോകുന്ന പാലങ്ങളിൽ
ആ മുറിവുകാണാം.

മുറിവ് ഒരടയാളം
മുറിവ് ഒരു നാൽക്കവലകൂടിയാകുന്നു.

2

മുഴങ്ങിക്കൊണ്ടിരിക്കുന്ന മണികളാൽ
ശ്വാസം മുട്ടുന്ന ഭാഷയ്ക്ക്
ഈ മുറിവിന്റെ ശബ്ദം ഞാനർച്ചിക്കുന്നു.
വിദൂരങ്ങളിൽനിന്നുവരുന്ന പാറക്കല്ലിനായി
പൊട്ടിച്ചിതറുന്ന വരണ്ട ലോകത്തിനായി
തെന്നുവണ്ടിപോലെ
കിറുകിറു ഒച്ചകളോടെ
കടവത്തടിഞ്ഞ കാലത്തിന്
ഈ മുറിവിന്റെ അഗ്നിയിൽ നാളമുയർത്തുന്നു.

പിന്നെ എന്റെ വസ്ത്രങ്ങൾക്കുള്ളിൽ
ചരിത്രം കത്തിക്കൊണ്ടിരിക്കുമ്പോൾ
എന്റെ പുസ്തകങ്ങൾക്കുള്ളിൽ
നീലനഖങ്ങൾ വളർന്നുകൊണ്ടിരിക്കുമ്പോൾ
ഞാൻ പകലിലേക്കു വിളിച്ചുചോദിക്കുന്നു:

"ആരാണ് നീ
എന്റെ കന്യാവനത്തിലേയ്ക്ക്
ആരാണ് നിന്നെ വലിച്ചെറിയുന്നത്?"

പിന്നെ എന്റെ പുസ്തകത്തിനുള്ളിൽ
എന്റെ കന്യാഭൂതലത്തിൽ
എന്റെ മൃൺമയമിഴികളിലേക്ക്
ഞാൻ തുറിച്ചുനോക്കുന്നു
ആരോ പറയുന്നതു ഞാൻ കേൾക്കുന്നു,

"പിറവിയെടുത്ത മുറിവ് ഞാൻ,
നിന്റെ ചരിത്രം വളരുവോളം
ഞാനും വളരും."

3

നിനക്ക് ഞാൻ മേഘമെന്നു പേരിട്ടു,
മേഘം – പിരിഞ്ഞകലുന്ന പ്രാവിന്റെ മുറിവ്.
പുസ്തകം, തൂവൽപേന.... എന്നൊക്കെ
ഞാൻ നിനക്ക് പേരിട്ടു
ഇനി ഇവിടെ നീയുമായി
സംഭാഷണം തുടങ്ങുകയാണ്
– അതിപുരാതനമായ പതനത്തിന്റെ
ദ്വീപസമൂഹങ്ങളിലെ
ബൃഹദ്ഗ്രന്ഥത്തുരുത്തുകളിലെ
പ്രാചീനഭാഷയും ഞാനും തമ്മിൽ
സംഭാഷണം തുടങ്ങുകയാണ്.

4

സ്വപ്നങ്ങളുടെയും ദർപ്പണങ്ങളുടെയും ഭൂമിയിൽ
എനിക്കൊരു തുറമുഖമുണ്ടായിരുന്നെങ്കിൽ,
എനിക്കൊരു കപ്പലുണ്ടായിരുന്നെങ്കിൽ
ഒരു നഗരത്തിന്റെ അവശിഷ്ടങ്ങൾ കിട്ടിയിരുന്നെങ്കിൽ,
തേങ്ങലുകളുടെയും കുഞ്ഞുങ്ങളുടെയും ഭൂമിയിൽ
എനിക്കൊരു നഗരമുണ്ടായിരുന്നെങ്കിൽ
ഈ വ്രണത്തിനായിക്കൊണ്ട്
ഇതെല്ലാം ഞാനെഴുതുമായിരുന്നു-
മരങ്ങളെ, ശിലകളെ, ആകാശത്തെയും
തുളച്ചുകേറുന്ന കുന്തംപോലുള്ള
ഒരു പാട്ട്
തടസ്സമില്ലാതൊഴുകുന്ന ജലംപോലെ

മൃദുവായൊരു ഗാനം
കടന്നാക്രമണംപോലെ
അദ്ഭുതപ്പെടുത്തുന്ന ഒരു പാട്ട്
ഞാനെഴുതുമായിരുന്നു.

5

സ്വപ്നവും അഭിലാഷവും കൊണ്ടലങ്കരിച്ച
ഹാ, ലോകമേ
ഞങ്ങളുടെ മരുഭൂമിയിൽ പെയ്യുക
മുറിവിന്റെ കൈത്തലങ്ങളായ ഞങ്ങളിൽ
പെയ്യുക, ഞങ്ങളെ പിടിച്ചുകുലുക്കുക
മുറിവിന്റെ നിശ്ശബ്ദതയെ സ്നേഹിക്കുന്ന
മരങ്ങളിൽനിന്ന്
ചില്ലകൾ വലിച്ചുചീന്തിയിടുക.

കൂർത്ത സ്വന്തം കൺപീലികൾക്കും
മൃദുവായ കൈകൾക്കും നേരേ
ഉണർന്നുകിടന്നു തുറിച്ചുനോക്കുന്ന
ഈ വ്രണത്തിൽ പെയ്യുക.

സ്വപ്നവും ആശയും അലങ്കരിച്ച ലോകമേ
ഒരു വ്രണത്തിന്റെ ചമ്മട്ടിപ്രഹരം പോലെ
എന്റെ നെറ്റിയിൽ പതിക്കുന്ന ലോകമേ
അടുത്തേക്കു വരൊല്ലേ
ഈ മുറിവ് അത്രയ്ക്കടുത്തിരിക്കുന്നു
എന്നെ പ്രലോഭിപ്പിക്കൊല്ലേ
വ്രണം കൂടുതൽ സുന്ദരമാകുന്നു,

അവസാന സാമ്രാജ്യങ്ങളിൽ
നിന്റെ കൺകൾ ചുഴറ്റിയെറിഞ്ഞ ഇന്ദ്രജാലത്തെ
ഈ വ്രണം മറികടന്നിരിക്കുന്നു
മോക്ഷത്തിനു പ്രേരിപ്പിക്കുന്ന ഒരു നൗകയും
ശേഷിപ്പിക്കാതെ
പിറകിൽ ഒരു തുരുത്തും
ശേഷിപ്പിക്കാതെ
കടന്നുപോയിരിക്കുന്നു. ∎

മന്ത്രം – 1

തകർന്നടിഞ്ഞ പുസ്തകക്കെട്ടുകൾക്കിടയിൽ
മഞ്ഞത്താഴികക്കുടത്തിനു കീഴിൽ
തുളവീണൊരു നഗരം പറക്കുകയാണ്.
ഞാൻ കാണുന്നു–
സിൽക്ക് തുണികൾകൊണ്ടുള്ള ഭിത്തികൾ,
പച്ചപ്പാത്രത്തിൽ നീന്തുന്ന
ഒരു ചത്ത നക്ഷത്രവും;
ഞാൻ കാണുന്നു–
മൃൺമയശരീരങ്ങളുടെ കണ്ണുനീരാൽ
പണിതൊരു പ്രതിമ
ഞാൻ കാണുന്നു–
ഒരു രാജാവിന്റെ കാൽക്കൽ
സാഷ്ടാംഗപ്രണാമം. ∎

സംഭാഷണം

"**ആ**രാണു നീ
ആരാണു നിന്നെ തിരഞ്ഞെടുക്കുന്നത്
മിഹിയാർ?
ദൈവത്തിലേയ്ക്കോ
ചെകുത്താനിലേയ്ക്കോ
എവിടെപോയാലും
ഒന്നുവിട്ടു മറ്റൊന്നായി
അടികാണാത്തൊരു ഗർത്തം
കാത്തിരിക്കുന്നുണ്ട്
അതോ ഇതോ എന്ന് നിശ്ചയിച്ച്
കൈക്കൊള്ളാനുള്ളൊരിടം
ഈ ലോകം.

"രണ്ടും എനിക്കുവേണ്ട
രണ്ടും ഭിത്തികൾ,
രണ്ടും എന്റെ കണ്ണുകളെ മൂടുന്നു.
എല്ലാം അറിഞ്ഞ എന്റെ ദുഃഖം
വെളിച്ചവുമായി വരുന്നവനോട്
കടപ്പെട്ടിരിക്കുന്നു
ആകയാൽ ഒരു ഭിത്തിക്കുപകരം
മറ്റൊരു ഭിത്തി വെയ്ക്കുന്നതെന്തിനാണ്?" ∎

എന്താണ് വിട്ടുപോരേണ്ടത്

പോവുക മുന്നോട്ടു പോവുക
പുണരുക കാറ്റിനെ തിരമാലകളെ
പൊക്കിയെടുക്കുക നിൻ കൺപീലികളാൽ
മിന്നൽക്കൊടികളെ മേഘങ്ങളെ.
തകർത്തെറിയട്ടെയവ
ഞങ്ങടെ കണ്ണാടിയെ
വത്സരങ്ങൾ തൻ സഞ്ചാരനൗകയെ.
ഞങ്ങൾക്കായിട്ടേച്ചുപോക, നിൻ പിറകിൽ-
വേണ്ട- വേണ്ടൊന്നും വേണ്ട.
തിരിഞ്ഞുനോക്കുമ്പോൾ ഒന്നും വേണ്ട

മതി ഇത്തിരി ദുഃഖം മാത്രം
ഇത്തിരി മൺചെളി മാത്രം
മതി ഞരമ്പിലുണങ്ങിയൊരിത്തിരി
രക്തം മാത്രം.

ഹാ പോവുക മുന്നോട്ടുപോവുക
അല്ലെങ്കിൽ, വേണ്ട - ഒന്നു നിൽക്കണേ
നീ വിട്ടുപോകുന്നുവോ, പോകുന്നില്ല-
അഥവാ വിട്ടുപോകുന്നെങ്കിൽ
ഞങ്ങൾക്കായ് തന്നുപോകുക
നിന്റെ കണ്ണുകൾ
കരുവാളിച്ച നിന്നുടൽ
നിന്റെ വസ്ത്രങ്ങൾ
ആശയിൽനിന്നും പിറന്ന്
തൻ കൺപീലികളിലൊരാകാശത്തെ
മുറുകെപ്പിടിക്കുമൊരു
അപരിചിതലോകത്തിന്നായ്
ഒരു കവിതയും ■

കണ്ണീരിന്റെ പാലം

എപ്പൊഴുമെൻകൂടെ നടക്കുമൊരു
കണ്ണീരിന്റെ പാലമുണ്ട്
എന്റെ കൺപോളകൾക്കടിയിൽവെച്ച്
അതു പൊട്ടിച്ചിതറുന്നു.
എന്റെ കളിമൺതൊലിക്കീഴിൽ
ബാല്യകാലത്തിൽനിന്നും വന്നുനിൽക്കുന്നു
ഒരു അശ്വാരൂഢൻ
കാറ്റിൻ കയറുകളാൽ
ചില്ലകളുടെ നിഴൽകളോടവൻ
കെട്ടിയിടുന്നു കുതിരകളെ.
അവൻ ഞങ്ങളോടു പാടുന്നു
ഒരു പ്രവാചക ശബ്ദത്തിൽ:
കാറ്റേ
ബാല്യമേ
എന്റെ കൺപോളകൾക്കടിയിൽ
പൊട്ടിച്ചിതറിയ
കണ്ണീർപ്പാലങ്ങളേ.... ■

ഞാൻ നിന്നോടു പറഞ്ഞു

കടലുകളെനിക്കായ് അവരുടെ
കവിതകൾ ചൊല്ലിത്തരുന്നതു
കേട്ടെന്നു ഞാൻ പറഞ്ഞു.
ചിപ്പികളിൽനിന്നും മണിമുഴക്കം കേൾക്കുന്നതായ്
ഞാൻ പറഞ്ഞു.

ഏതോ പുരാതന കഥാസദ്യയിൽ
സാത്താന്റെ കല്യാണവേളയിൽ
ഞാൻ പാടിയെന്നു നിന്നോടു പറഞ്ഞു.
ചരിത്രത്തിന്റെ പെയ്ത്തിൽ
ചക്രവാളത്തിളക്കങ്ങളിൽ
ഒരപ്സരസ്സിനെ ഒരു വീടിനെ
കണ്ടൂ ഞാനെന്നു നിന്നോടു പറഞ്ഞു.

എൻ കൺകളെത്തന്നെ
യാനപാത്രമാക്കയാൽ
ദൂരത്തിന്നാദ്യചുവടിൽതന്നെ
കണ്ടൂ ഞാൻ സർവവുമെന്ന്
നിന്നോടു പറഞ്ഞു. ■

മഴ

അവൻ കലപ്പ നെഞ്ചോടു ചേർത്തു പിടിക്കുന്നു
അവന്റെ ഉള്ളങ്കൈയിലുണ്ട് മേഘങ്ങൾ മഴകൾ.
അവന്റെ കലപ്പ തുറക്കുകയാണ്
സമ്പത്തിലേക്കുള്ള വാതിലുകൾ.
വയലിൽ അവൻ ചിന്നിയുതിർക്കുന്നു
പ്രഭാതത്തെ,
അവൻ അതിന് പൊരുളേകുന്നു.

ഇന്നലെ നമ്മൾ അവനെ കണ്ടിരുന്നു.
അവന്റെ വഴിയിലുണ്ടായിരുന്നു തീവെയിൽ,
അതിന്റെ സ്വേദോഷ്ണജല ഉറവുകൾ
അവന്റെ നെഞ്ചിൻ കൂട്ടിൽ
ഇളകൊള്ളുവാൻ തിരിച്ചു പോകുന്നു

അവന്റെ ഉള്ളങ്കൈയിലിപ്പോൾ
നിറയുന്നൂ മേഘങ്ങൾ
നിറയുന്നൂ മാരിമഴകൾ ■

മിന്നൽ

മിന്നലെന്റെ നേർക്കു കുനിഞ്ഞെത്തി
വിതുമ്പി, ഉറങ്ങി
ഒരു സംശയവനത്തിൽ,
ഞാനാരെന്നറിയാതെ
ഞാനിരുട്ടിന്റെ നാഥനെന്നറിയാതെ.
മിന്നലെന്റെ നേർക്കു കുനിഞ്ഞെത്തി
എന്റെ കൺകളിലേക്കുറ്റു നോക്കി
തേങ്ങി, വിതുമ്പി
എൻ കൈകളിൽ വീണുറങ്ങി. ∎

അതു മതിയാവും

ഇക്കാണുന്നതേ നിനക്കു മതിയാവും
ഇവിടം വിട്ടുപോയ്
മൺപൊടിയെ പുണരാൻ
പോകും പോക്കിൽ
നിനക്കിതു മതിയാവും

ധൂമമോ നീ, ശങ്കിക്കുന്നു ഞാൻ,
ഇല്ല നിൻ കൺകളിൽ നിശ്ശബ്ദത
ഇല്ല വാക്കുകൾ.
നിൻതൊലിയൂർന്നുവീഴുന്നിതെവിടെയോ
നീ നിൽക്കുന്നിതെവിടെയോ
നഷ്ടക്കാരനായ് ജീവിക്കുവാൻ
പരാജിതനാകുവാൻ
ആണിപോൽ മൂകനാകുവാൻ
നിനക്കിതു മതിയാവും

കാണില്ല നീ മർത്ത്യന്റെ നെറ്റിയിൽ
ദൈവത്തിനെ.
അവൻ മായ്ച്ചുകളഞ്ഞൊരു
രഹസ്യം സൂക്ഷിക്കുവാൻ
നിനക്കിതു, വേണ്ടുവോളം

കാണുവാൻ നിനക്കിതു മതിയാവും
ഇവിടം വെടിഞ്ഞു മണ്ണാവാൻ
നിനക്കിത്രയും മതിയാവും. ∎

എന്റെ നിഴൽ, ഭൂമിയുടെയും

ഇറങ്ങിവരൂ ആകാശമേ
എന്റെയടുത്തേക്ക്
എന്റെ ഇടുങ്ങിയ ശവക്കല്ലറയിൽ
വിശ്രമിക്കൂ.
എന്റെ വിസ്തൃതമായ നെറ്റിയിൽ
വിശ്രമിക്കൂ,
മുഖമില്ലാത്തതാകൂ
കൈകളില്ലാത്തതാകൂ
തൊണ്ടയിലൊരു ഞരക്കവുമില്ലാത്തതാകൂ
ഒരു മിടിപ്പുമില്ലാത്തതാകൂ
ഇറങ്ങി വരൂ
നിന്റെ രൂപം രണ്ടാക്കി വരയ്ക്കുക-
എന്റെ നിഴലായും
ഭൂമിയുടെ നിഴലായും. ■

രംഗം
(ഒരു സ്വപ്നം)

ഒരു കൊടുങ്കാറ്റ് ശിലയെ എന്ന പോലെ
ഒരു കൊടുങ്കാറ്റ് ആകാശത്തെ എന്നപോലെ
ഓരോന്നിനെയും ചോദ്യം ചെയ്തുകൊണ്ടിരിക്കുന്നു
എന്റെ കണ്ണുകൾക്കകത്ത്
ചരിത്രത്തെ പ്രക്ഷാളനം ചെയ്യുന്നു എന്നു തോന്നിപ്പിച്ച്
എന്റെ കൈകളിൽനിന്ന് ദിനങ്ങൾ, കനിപോലെ....
ഉതിർന്നുവീഴുന്നുവെന്ന് തോന്നിപ്പിച്ച്.... ∎

മിന്നൽപിണർ

പൊരിവെയിലത്തും മുഴുഭ്രാന്തിലും
എനിക്കു പ്രിയതമ
ഈ പച്ച മിന്നൽപിണർ.
കൺപോളകളിൽ കല്ലുകുമിഞ്ഞിരിക്കുന്നു
ഇനി നീ തന്നെ വീണ്ടും വരച്ചുതരണം
എല്ലാറ്റിന്റെയും ഭൂപടം.

ആകാശമില്ലാത്തൊരു ഭൂമിയിൽനിന്നാണ്
ഞാൻ നിന്റെയടുത്തേക്കു വന്നത്
ദൈവം നിറഞ്ഞ
ഗർത്തം നിറഞ്ഞ,
കഴുകരാൽ കൊടുങ്കാറ്റുകളാൽ
ചിറകുവെച്ച
ഒരു ഭൂമിയിൽനിന്നാണ്
ഞാൻ നിന്റെയടുത്തേക്കു വന്നത്.
വിത്തുകളുടെ ഗുഹകളിലേക്ക്
മണലടിച്ചുകേറ്റി തിട്ട കെട്ടുന്ന,
മേഘങ്ങൾക്കുമുൻപിൽ
തല കുനിക്കുന്ന
ഒരു ഭൂമിയിൽനിന്നാണ്
ഞാൻ നിന്റെയടുത്തേക്കുവന്നത്
ഭ്രാന്തിന്റെയും സൂര്യതാപത്തിന്റെയും
പ്രിയബിംബമേ
എൻ പച്ച മിന്നൽപിണരേ
ഇനി നീ തന്നെ വീണ്ടും വരച്ചുതരണം
എല്ലാറ്റിന്റെയും ഭൂപടം. ∎

ഒരു രക്താർച്ചന

ദൈവസ്നേഹിയായ്
കൊട്ടാരദാസികളെ പ്രണയിച്ചുകഴിഞ്ഞൊരക്കാലം
ഏതോ പുരാതന നൊമ്പരത്തിൻ ഗുഹകളിൽ
ഞങ്ങൾ - ഞാനുമെൻ മുഴുഭ്രാന്തും-
എവിടെപ്പാർത്തുപോന്നൂ, ചങ്ങാതീ.
മാസങ്ങൾതോറും സ്വയം നഷ്ടപ്പെട്ടു ഞാൻ
മുറിച്ചുകടന്നൂ മരുഭൂമി
പാതകൾ പിന്നിട്ടു ഞാൻ.
ഏതോ പുരാതന നൊമ്പരത്തിൻ ഗുഹകളിൽ
ദൈവത്തിൻപേരിലവന്റെ
പുസ്തകം രചിച്ചൂ ഞാൻ.
ഉയർത്തുന്നീ തീജ്വാല
ഒരീച്ചയെ ബലിയാക്കുന്നിവിടെ
എനിക്കുനേരേ വരും സൂര്യന്മാരുടെ പേരിൽ
ഈ വഴിച്ചാലു ഞാൻ തുടങ്ങുന്നു. ■

യാത്രയയപ്പ്

വർഷങ്ങൾക്കുമുമ്പേ നിന്നെ യാത്രയാക്കിയതാണ്
അന്ന് ഞങ്ങളെഴുതി നിനക്കായി
ഒരു പശ്ചാത്താപ വിലാപഗീതി.

ഹേ, മൃതമാലാഖമാരുടെ പരിവേഷങ്ങളേ
കലി തുള്ളുന്ന വെട്ടുകിളികളുടെ പേച്ചുകളേ
വാക്കുകൾ പൂഴ്ന്നുകിടക്കുന്നൂ ചെളിയിൽ
ഈറ്റുനോവു നിറഞ്ഞിരിക്കുന്നൂ വാക്കുകളിൽ.
ഞങ്ങളുടെ കാണാതായ
ഗർഭപാത്രങ്ങൾ തിരിച്ചുവന്നിരിക്കുന്നു
ഇതാ വരുന്നൂ മഴയും വെള്ളപ്പൊക്കവും
ഹേ, നാശങ്ങളുടെ പേച്ചുകളേ
മൃതമാലാഖമാരുടെ പരിവേഷങ്ങളേ! ■

സംഭാഷണം

"**നീ** എവിടെയായിരുന്നു?
നിന്റെ കണ്ണുകളിൽനിന്നു വിതുമ്പുന്ന
ഈ വെളിച്ചം എന്താണ്?
നീ എവിടെയായിരുന്നു?
നോക്കട്ടെ, നീയെന്താണെഴുതിയിരിക്കുന്നത്?"

ഞാൻ അവളോടു മറുപടി പറഞ്ഞില്ല
ഒരു വാക്കും ഉരിയാടിയില്ല
എന്തെന്നാൽ എന്റെ കടലാസ്സുകൾ
ഞാൻ കീറിക്കഴിഞ്ഞിരുന്നു
മഷിമേഘങ്ങൾക്കിടയിലൂടെ
ഒരു നക്ഷത്രം പോലും കൺ തുറന്നിരുന്നില്ല.

"നിന്റെ കണ്ണുകളിൽനിന്നു വിതുമ്പുന്ന
ഈ വെളിച്ചം എന്താണ്
നീ എവിടെയായിരുന്നു?"

ഞാൻ അവളോടു മറുപടി പറഞ്ഞില്ല.
അപ്പോൾ രാത്രി,
ബെദൂയിനുകളുടെ കൂടാരമായിരുന്നു.
മെഴുകുതിരികളാകട്ടെ,
ഒരു ഗോത്രവും.
ഞാനാകട്ടെ മെലിഞ്ഞൊരു സൂര്യനും:
മെലിഞ്ഞൊരു സൂര്യനുകീഴിൽ ഭൂമി
പഴയ ചർമ്മങ്ങൾ പൊഴിച്ച് പുതിയതണിഞ്ഞു.
സ്വയം നഷ്ടപ്പെട്ടവന്റെ മുൻപിലോ,
അവസാനിക്കാത്ത പാതയും. ■

മന്ത്രം - 2

നിനക്കില്ല രക്തക്കുഴലുകൾ,
നിന്റെ ജീവനുള്ള തൊലിയോ
-തന്നെത്തന്നെ ചുറ്റിത്തിരിയുന്നു
ചെതുമ്പലുകളുടെ ചുഴിയിലേക്ക്
ഊളിയിട്ടു പോകുന്നു.
നിന്റെ തൊലി ഉണങ്ങിവരണ്ടത്
നഗ്നം.
നിന്റെ തൊലി
ജീവനുള്ള വാക്കുകളാൽ പണിത റബ്ബർ,
മാർബിളും മണലും കൊണ്ടുനിർമ്മിച്ച
ഒരു വീടിനെ പൊതിഞ്ഞുനിൽക്കുന്ന റബ്ബർ.

കണ്ണുകാണാത്തൊരു
വെട്ടുകിളിയുടെ പ്യൂപ്പയായി
നിന്റെ ജീർണ്ണദിനങ്ങൾ കടന്നുവരും
ചിലന്തിത്തൊലിയണിഞ്ഞ്
അവ നിന്റെ അടുത്തെത്തും. ■

രാസവിദ്യയുടെ പൂക്കൾ

എനിക്ക് ധൂസരമായ സ്വർഗ്ഗത്തിലേക്കൊന്നു
സഞ്ചരിക്കണം
അതിന്റെ ഒളിപ്പിച്ചുവെച്ച വൃക്ഷങ്ങൾക്കിടയിലൂടൊന്നു
നടക്കണം.
ഭസ്മത്തിലൂടെ പുരാവൃത്തത്തിലൂടെ
രത്നക്കല്ലുകളിലൂടെ
സ്വർണ്ണനിറമാർന്ന ആട്ടുരോമങ്ങളിലൂടെ
എനിക്കൊന്നു സഞ്ചരിക്കണം.

എനിക്കു സഞ്ചരിക്കണം
വിശപ്പിലൂടെ പനീർപ്പൂക്കളിലൂടെ
കൊയ്ത്തുകാലത്തിലേക്ക്.

എനിക്കു സഞ്ചരിക്കണം
പിന്നെ,
അനാഥമായ ചുണ്ടുകളുടെ വിൽവട്ടത്തിനുകീഴിൽ
എനിക്കു വിശ്രമിക്കണം.

അനാഥമാക്കപ്പെട്ട ചുണ്ടുകളിൽ
അവയുടെ വ്രണിതഛായയിൽ അതാ
ആ അതിപുരാതന രാസവിദ്യയുടെ പുഷ്പം. ∎

കിഴക്കൻദിക്കിലെ മരം

ഞാനൊരു കണ്ണാടിയായിരിക്കുന്നു.
ഞാനെല്ലാം വെട്ടിത്തിളക്കിക്കാണിച്ചു.
മാറ്റിപ്പണിതൂ ഞാൻ
നിന്റെ അഗ്നിയിൽ
ജലത്തിന്റെയും സസ്യത്തിന്റെയും അനുഷ്ഠാനം.

മാറ്റിപ്പണിതിരിക്കുന്നൂ ഞാൻ
ശബ്ദത്തിന്റെ ആകൃതി
സംബോധനയുടെ രൂപവും.

നിന്നെ ഞാൻ രണ്ടായി കാണാൻ തുടങ്ങിയിരിക്കുന്നു
-ഒന്ന് നീ തന്നെ
മറ്റേത് എന്റെ കണ്ണിൽ നീന്തുന്ന ഈ മുത്ത്.
ജലവും ഞാനും പ്രേമികളായിരിക്കുന്നു.
ജലനാമത്തിലാണ് എന്റെ പിറവി
ജലം എന്നിൽത്തന്നെ പിറന്നിരിക്കുന്നു
നാം ഇരട്ടപെറ്റ മക്കൾ. ∎

കെട്ടുപിണഞ്ഞ
വടിവുകളുള്ള വൃക്ഷം

നട്ടുച്ചസ്സൂര്യനും
ആദാമിന്റെ തടാകത്തിലെ
ജലത്തിനും മധ്യേ
കണ്ണാടികളുടെ ഉപരിതലം പൊട്ടിച്ച്
ഞാൻ വരയ്ക്കുന്നൂ എന്റെ മാരിവിൽ ദിനങ്ങളെ
പുൽപരപ്പിൽ, വിഷാദസ്ഥലികളിൽ.

വിശപ്പുപോലെ പൊള്ളച്ച്
പൊന്തിക്കിടക്കുന്നൂ എന്റെ വത്സരങ്ങൾ
പിന്നെ ഇറങ്ങിയിറങ്ങിപ്പോരുന്നൂ
കെട്ടുപിണഞ്ഞ വടിവുകളാർന്ന
ഒരു വനത്തിലേക്ക്.

വത്സരങ്ങൾ വത്സരങ്ങൾ-
ഞാൻ കാണുന്നു
കൊക്കുകൾ കൂട്ടിപ്പിണഞ്ഞ അവയെ.
പിന്നെ,
കെട്ടുപിണഞ്ഞ ഒരു വള്ളിക്കാട്ടിൽ
വന്നുവീഴുന്നൂ അവ
- അവയുടെ അനന്തമായ കൂടുകളിലേക്ക്. ■

പ്രഭാതവൃക്ഷം

പ്രഭാതമേ വരിക എന്നെ കാണുക
വരികെൻ വയലിലേക്ക്
വയലിലേക്കുള്ള പാതയിൽ.
തീർത്തും പറഞ്ഞിരുന്നല്ലോ ഞാൻ
മുമ്പേ തന്നെ,
ഉണങ്ങിയ മരങ്ങൾ
പിന്നെ രണ്ടു ശയ്യകൾ
ഉണക്കത്തണലിൽ
രണ്ടു കുഞ്ഞുങ്ങളും.

വരികെന്നെ കാണുക,
കണ്ടുവോ വള്ളിക്കുടിലുകൾ,
അവയിൽനിന്നുയരും വിളികേട്ടുവോ?
അവയുടെ വാക്കുകളുതിർക്കും
രസച്ചാറു നീ കാണുന്നുവോ?
കൺകളെ കൂട്ടിപ്പിടിക്കുന്ന വാക്കുകൾ
കല്ലിനെത്തുളച്ചുപോം വാക്കുകൾ.

വരികെന്നെ കാണുക
വരിക നീ

മുൻപേ നാം തമ്മിൽ കണ്ടിരിക്കുന്നെന്ന മട്ടിൽ,
ഇരുളാലുടുവസ്ത്രം നെയ്തെടുത്തു ധരിച്ച്
അതിൻ വാതിൽക്കൽ മുട്ടി
തിരശ്ശീല നീക്കി
അതിൻ കിളിവാതിലുകൾ തുറന്ന്
ഓരോ ചില്ലതൻ ചായ്‌വുകൾക്കിടയിലും
കിടന്നെന്ന മട്ടിൽ,
കൺപോള തുറന്നു
കണ്ണീർക്കുടങ്ങൾ

കിനാവിൻ കുടങ്ങൾ
ധാരയായിച്ചൊരിഞ്ഞെന്നമട്ടിൽ,
വള്ളിക്കുടിലുകൾ തിങ്ങും കരകളിൽ
ഒന്നിച്ചിരുന്നേ
വീട്ടിലേക്കുള്ള വഴി അറിയാതെയുഴലുന്ന മട്ടിൽ.
മുൻപേ തമ്മിൽ
കണ്ടിരിക്കുന്നെന്ന മട്ടിലാണു നാം. ∎

വിഷാദവൃക്ഷം

വഴുതിവീഴുന്നൂ ഇലകൾ
പിന്നെ
ദൈവകല്പനയുടെ പടുകുഴിയിൽ വിശ്രമം.

സംസാരം മാറ്റൊലികളാകുംമുൻപേ
ഇരുട്ടിന്റെ ചർമ്മങ്ങൾക്കിടയിൽ
ഇണചേർന്നുകൊണ്ട്
വിഷാദത്തിന്റെ പൂക്കളുമേന്തി
വഴുതിവീഴുന്നൂ ഇലകൾ

വശീകരണവിദ്യയുള്ള
ഒരു നാടുതേടിക്കൊണ്ട്
കാടുതോറും
വിഷാദത്തിന്റെ പൂവുമേന്തി
ഇലകൾ അലയുന്നൂ
കൂട്ടത്തോടെ ഉരുണ്ടുനീങ്ങുന്നു. ■

അഗ്നിവൃക്ഷം

ഒരു നീറ്റുറവയ്ക്കു ചുറ്റും
ഒരേ ഇലക്കൂട്ടം തിക്കിത്തിരക്കുന്നു

താഴെയുള്ള ജലത്തിന്നായി
അവർ അഗ്നിയുടെ പുസ്തകം
വായിച്ചുകൊടുക്കെ
കണ്ണീർ നിറഞ്ഞ ഭൂമിയെ
ഉരുമ്മിക്കൊണ്ടിരിക്കുന്നു.

എന്റെ കൂട്ടക്കാരോ-
എനിക്കുവേണ്ടി കാത്തുനിന്നില്ല
അവർ കടന്നുപോയി,
ഇല്ല അഗ്നി
ഇല്ലൊരടയാളവും. ∎

വൃക്ഷം - 1

വിശക്കുന്ന ചെടി
പ്രതീക്ഷയ്ക്കുള്ള ഒരു വനം.
തേങ്ങലിന്റെ ആരവം
വൃക്ഷങ്ങളിലേക്കുയരുന്നു
അവയുടെ ശാഖകൾ
ഗർഭിണികൾക്കുള്ള രാജ്യമാവുന്നു
-വിളവ് കൊയ്യാനുള്ളൊരു രാജ്യം.

ഓരോ ശാഖയും ഒരു ഭ്രൂണം
വായുവിലെ ശയ്യയിൽ അതുറങ്ങുന്നു.
വെണ്ണീർവനത്തിൽനിന്നും രക്ഷപെട്ട്
വശീകരണക്കരച്ചിലുകളാൽ
വിളിച്ചുകൊണ്ടിരിക്കുന്ന പച്ചപ്പ്.

പ്രകൃതിയുടെ ഉപജീവനം തേടിക്കൊണ്ട്
വിശക്കുന്നവന്റെ രോദനങ്ങൾ വഹിച്ചുകൊണ്ട്
കലഹത്തിന്റെ കുംഭഗോപുരങ്ങൾ. ■

വൃക്ഷം - 2

കപ്പേളകൾക്കു പിറകിൽ
മൂലകളിൽ മുഖമൊളിപ്പിച്ച്
ഒരു ശിശു എന്നും കരയുന്നു
പ്രേതത്തെക്കണ്ടെന്നപോലെ
വീടുകൾ ഒളിച്ചോടുന്നു

ഓരോ ദിവസവും
ദുഃഖിയായ ഒരു പ്രേതം
ഏതോ ശ്മശാനത്തിൽനിന്ന് വന്നെത്തുന്നു
വിദൂരദേശങ്ങളിൽനിന്നും മടങ്ങിപ്പോന്ന്
കടുപ്പൻ കയ്പുള്ള ഒരു നാട്ടിലെത്തിച്ചേരുന്നു
ഈയംപോലെ ഉരുകിയുരുകി
അവൻ സന്ദർശിക്കുന്നു
നഗരം, നഗരചത്വരങ്ങൾ
എങ്ങും അവൻ ചുറ്റിത്തിരിയുന്നു.

പട്ടിണിയിൽനിന്ന്
വന്നെത്തുന്നു - ഓരോ ദിനവും,
വിശക്കുന്നവരുടെ പ്രേതം വന്നെത്തുന്നു,
അവളുടെ മുഖത്തുണ്ട് ഒരു അടയാളം:
ഒരു പൂവ് അഥവാ ഒരു പ്രാവ്. ■

വൃക്ഷം – 3

വെട്ടിമുറിച്ചിട്ട അവയവങ്ങളാൽ
വാളുകൾക്കെങ്ങനെ ചന്തം വരുത്താമെന്ന്
അവനറിയില്ല
തന്റെ ഉളിപ്പല്ലുകളെങ്ങനെ
മിനുക്കിത്തിളക്കിവെയ്ക്കാമെന്ന്
അവനറിയില്ല.
അതാ തലയോട്ടികളും രക്തവും നിറഞ്ഞ
ഒരു നദിയിൽനിന്ന്
അവനുപിറകെ അവർ വരുന്നു
അവർ മതിൽ ചവിട്ടിക്കേറുന്നു
അവനോ ആ വാതിലിന്റെ പിറകിലുണ്ട്
(വാതിലിന്റെ മറവിൽ
ഒരു കുട്ടിയെപോലെ
ഒളിച്ചുനിൽക്കുന്നതിനെക്കുറിച്ചാണ്
അവന്റെ സ്വപ്നം)
അവനാ വാതിലിന്റെ മറവിൽ
വിശപ്പിന്റെ പുസ്തകം വായിച്ചുനിൽക്കയാണ്. ∎

വൃക്ഷം - 4

ഞാൻ നിങ്ങളോടു പറഞ്ഞു:
ഉണരുവിൻ!
കാറ്റിനെയും പാറക്കല്ലിനെയും മേയ്ച്ചുനടക്കുന്ന
ഒരു കുട്ടിയെപോലെ
ഞാൻ ജലം കണ്ടിരിക്കുന്നു

പിന്നെ പറഞ്ഞു:
ജലത്തിനും കനിക്കും അടിയിൽ
ഗോതമ്പുമണികൾക്കു കീഴിൽ
ഒരു മർമ്മരം, ഒരു രഹസ്യപ്പേച്ച് ഉണ്ട്
വിശപ്പിന്റെയും, വിതുമ്പലിന്റെയും സാമ്രാജ്യത്തിൽ
വ്രണങ്ങൾക്കായുള്ള
ഒരു ഗാനമായിത്തീരുന്നതിനെക്കുറിച്ച്
അത് സ്വപ്നം കാണുന്നു......

ഉണരുവിൻ, ഞാൻ വിളിച്ചു.
ഈ ശബ്ദം നിങ്ങൾ തിരിച്ചറിയുന്നില്ലേ?
ഞാൻ നിങ്ങളുടെ സഹോദരൻ, അൽ-ഖിദർ*
മൃത്യു ഒരു പെൺകുതിര
അവൾക്കു ജീനിയിടുക
കാലത്തിന്റെ വാതിൽച്ചട്ടം പൊളിച്ചുമാറ്റുക ∎

---

* അൽ-ഖിദർ (ഹരിതരൂപൻ) - ഇസ്ലാം വിശ്വാസത്തിലുള്ള ഒരു നിഗൂഢരൂപൻ. പ്രവാചകരുടെയും വിശുദ്ധ ആചാര്യന്മാരുടെയും കാവൽക്കാരൻ. സൂഫികളുടെ ആരാധനാപാത്രം.

വൃക്ഷം – 5

ഞാനൊരു കുന്തവും കൊണ്ടുനടക്കുന്നില്ല
കുന്തംകൊണ്ടു കുത്തിയെടുത്തൊരു
ശിരസ്സേന്തി നടക്കുന്നുമില്ല.

വേനലിൽ, ശീതകാലത്തും,
ഒരു കുരുവിയെപോലെ
വിശപ്പിന്റെ നദിയിലേക്ക്
അതിന്റെ മായികമായ മലമുകളിലേക്ക്
ദേശാടനം ചെയ്യുന്നു.

എന്റെ രാജ്യത്തിന് ജലത്തിന്റെ മുഖമാണ്
അസാന്നിധ്യത്തെയാണ് ഞാൻ ഭരിക്കുന്നത്
തെളിഞ്ഞ ആകാശങ്ങളിൽ
കൊടുങ്കാറ്റിൽ
ആശ്ചര്യപൂർവം വേദനാപൂർവം
ഞാൻ ഭരിക്കുന്നു

ഞാൻ അടുത്താലെന്ത്
അകന്നാലെന്ത്
ഇല്ലൊരു ഭേദവും.
വെളിച്ചത്തിൽ കുടികൊള്ളുന്നു എന്റെ രാജ്യം.
ഭൂമി, എന്റെ ഹൃദയകവാടം. ∎

വൃക്ഷം - 6

ജെയ്റൂനിൽ* പനിനീർപൂക്കളാൽ പണിതൊരു
വാതിലുണ്ട്
വഴിപോക്കർ സ്നാനം ചെയ്യുന്നൂ
അതിന്റെ നറുമണത്തിൽ.
വ്രണങ്ങൾക്കുണ്ടൊരു തമ്പ്
പ്രഭാതത്തിനുണ്ടൊരു വനം
അതിന്റെ ശാഖകൾ - പാലങ്ങൾ,
അവയിലൂടെ
കാറ്റിന്റെ കടവത്തെത്തുന്നൂ കണ്ണുകൾ.
ആ കടവ് നയിക്കുന്നത്
മറ്റൊരു പ്രഭാതത്തിലേക്ക്.
ക്ഷീണിതർ നടുനിവർത്തുന്ന
വീടുകളാണ് രാത്രികൾ.
ഓടക്കുഴൽ പാട്ടുനിർത്തിവെച്ച്
അവർ വായിക്കുന്നു
ജലത്തിന്റെയും മണ്ണിന്റെയും ഗ്രന്ഥങ്ങൾ.
അത്രമേൽ വിശ്വസ്തമായ തങ്ങളുടെ
കണ്ണീർക്കണങ്ങളെ
അവർ ജപമണികളാക്കുന്നു
കിരീടമാലകളാക്കുന്നു
കണ്ഠാഭരണങ്ങളാക്കുന്നു.
ആ കണ്ണീർക്കണങ്ങളെ
പനിനീർപൂക്കളുടെ വ്രണമാക്കിമാറ്റുന്നു
അതിന്റെ പ്രവാഹത്തിൽ
സ്നാനം ചെയ്യുന്നു വഴിയാത്രക്കാർ. ∎

---

* ദമാസ്കസിന്റെ കിഴക്കൻ കവാടത്തിനടുത്തുള്ള മേഖല. അവിടെ ഒരു റോമൻ കമാനം നിലകൊള്ളുന്നുണ്ട്.

വൃക്ഷം – 7

ഇലച്ചാർത്താൽ
തെളിഞ്ഞ ഉൽകണ്ഠയാൽ
തെളിഞ്ഞ ബോധത്താൽ
അവനെ പൊതിഞ്ഞു
നിശ്ശബ്ദതയാൽ അവനെ പുതപ്പിച്ചു
തിളങ്ങുന്ന കണ്ണീരാലും.

ആളുകൾ പറയുന്നു,
പിന്നെയവൻ കല്ലറ തുറന്ന്
മൃത്യുവെ വലിച്ചെറിഞ്ഞ്
മനുഷ്യഭൂമിയിലെ
അമ്മിഞ്ഞപ്പാലുതേടി
പറന്നുപോയത്രെ.

ആളുകൾ പറയുന്നു,
അവന്റെ ഭാര്യ പാവമായിരുന്നു
ഇവിടെ അതാ,
ആ ചെറുകുന്നിനപ്പുറം
ഗർഭിണിയായി
പകലിനും രാത്രിക്കും മധ്യേ
നിശ്ശബ്ദതയിൽ
കണ്ണീർത്തിളക്കത്തിൽ
വരാനിരിക്കുന്ന കുഞ്ഞിനെയും കാത്ത്
അവൾ നിൽക്കുന്നു. ∎

ബെയ്റൂട്ടിന് ഒരു കണ്ണാടി

സങ്കടം വരുമ്പോൾ
*അൽ-ഫാതിഹ വായിക്കുകയോ
കുരിശു വരയ്ക്കുകയോ ചെയ്യുന്ന
ഒരു സ്ത്രീയാണ് തെരുവ്.

നരച്ച മോങ്ങലുകളും കുരകളും കൊണ്ട്,
പൊലിഞ്ഞ നക്ഷത്രങ്ങൾകൊണ്ട്
ചാക്കു നിറയ്ക്കുന്ന
ഒരു അപരിചിത കൂനനാണ്
അവളുടെ മാറിടത്തിനു കീഴിലെ രാത്രി.

കടന്നു പോകുന്നവരെ കടിക്കുന്ന
ഒരു സ്ത്രീയാണ് തെരുവ്
അവളുടെ നെഞ്ചിനരികെ
ഗാഢനിദ്രയിലായ ഒട്ടകം പാടുന്നു
പെട്രോളിയത്തിനുള്ള ഗാനം
(ഓരോ വഴിയാത്രക്കാരനും ആ പാട്ടുപാടി കടന്നു പോകുന്നു)
തെരുവ് ഒരു സ്ത്രീയാണ്
ദിവസങ്ങളും കൃമികീടങ്ങളും
മനുഷ്യർ പോലും വന്നു വീഴുന്നത്
അവളുടെ വിരിപ്പിലാണ്

2
പെയിന്റ് ചെയ്ത പൂക്കൾ
ഷൂകളിൽ
ഭൂമിയിൽ
ആകാശത്ത്
ആകെക്കൂടി

---

* അൽ-ഫാതിഹ: ഖുർ-ആൻ ലെ പ്രാരംഭാധ്യായം

വിവിധ ചായങ്ങളുടെ പേടകം-
നിലവറകളിൽ കിടക്കുന്നു ചരിത്രം
ഒരു ശവപ്പെട്ടിപോലെ

ഒരു നക്ഷത്രത്തിന്റെയോ
അന്ത്യശ്വാസം വലിച്ചു കൊണ്ടിരിക്കുന്ന
ഒരടിമപ്പെൺകിടാവിന്റെയോ
ഞരക്കങ്ങളിൽ
ഉടുതുണിയില്ലാതെ, പുതപ്പില്ലാതെ
ആണുങ്ങളും പെണ്ണുങ്ങളും
കുട്ടികളും കിടക്കുന്നു.

3
ഒരു സെമിത്തേരി:
സ്വർണ്ണ അരപ്പട്ടയ്ക്കു മീതേ
ഒരു പൊക്കിൾ-
ഉമ്മത്തുപോലുള്ള ഒരു സ്ത്രീ ഉറങ്ങുകയാണ്-
അവളുടെ മാറിടത്തിൽ മയങ്ങുന്നു
ഒരു രാജകുമാരനും
ഒരു കഠാരിയും ∎

പുരുഷന്റെ പാട്ട്

നെടുങ്ങനെ നോക്കിയപ്പോൾ
ഒരു ഈന്തപ്പനമേൽ
നിന്റെ മുഖം വരച്ചിട്ടിരിക്കുന്നത്
എന്റെ കണ്ണിൽപെട്ടു

നിന്റെ കൈകളിൽ കണ്ടത്
കറുത്തൊരു സൂര്യനെയും.
എന്റെ അഭിലാഷങ്ങളെ
ആ മരത്തിൽ കെട്ടിയിട്ട്
രാത്രിയെ ഒരു കൂടയിലാക്കി
പിന്നെയാനഗരത്തെ മുഴുവനും
ആ കൂടയിലാക്കിയെടുത്ത്
നിന്റെ കണ്ണുകൾക്കു മുമ്പിൽ
ഞാൻ ചൊരിഞ്ഞു.
അപ്പോൾ ഞാൻ കണ്ടു,
ഒരു കുഞ്ഞിനെപോലെ
വിശന്നു വലയുന്ന നിന്റെ മുഖം.

ആവാഹനമന്ത്രങ്ങളോടെ
പ്രദക്ഷിണം ചെയ്ത്
ആ മുഖത്ത്
ഞാൻ നനുനനെ വിതറി
ഒരായിരം മുല്ലമൊട്ടുകൾ. ■

സ്ത്രീയുടെ ഗാനം

നെടുങ്ങനെ നോക്കുമ്പോൾ
അവന്റെ വൃദ്ധമുഖം കാണാം
ഓരോരോ ദിനങ്ങൾ
ഓരോരോ സങ്കടങ്ങൾ
കവർന്നെടുത്തത് ആ മുഖം.
അവസാനത്തെ അത്താഴത്തിന് ധൃതിപ്പെട്ട്
പച്ചഭരണികൾ നെഞ്ചോടുചേർത്തുപിടിച്ച്
അവൻ എന്റെ അടുത്തേക്കു വന്നു.

രാപകലുകളും കരകളും മുങ്ങിത്താഴുന്ന,
കടൽകാക്കകൾ
ഭൂതകാലത്തെ വിചാരണചെയ്യുന്ന,
നാവികർ ഭാവിയെ ദൈവികമാക്കുന്ന
ഇവിടെ ഓരോ ഭരണിയും
ഓരോ ഉൾക്കടൽ

– തുറമുഖത്തിന്റെയും
  നൗകയുടെയും പരിണയം

വിശന്നു വലഞ്ഞാണ് അവൻ വന്നത്
ഞാൻ അവനായി നീട്ടി
ഒരു കഷണം അപ്പം
ഒരു ചില്ലുകപ്പ്
ഒരു ശയ്യയും.
കാറ്റിനായ്, വെയിലിനായ്
തുറന്നുവെച്ചു ഞാൻ വാതിലുകൾ
പിന്നെ അവനുമായ് പങ്കിട്ടു
അവസാനത്തെ അത്താഴവും. ∎

വിശന്നു വലയുന്നവൻ

അവന്റെ പുസ്തകത്തിൽ
അവനാദ്യം വരയ്ക്കുന്നു
വിശപ്പിനെ, പിന്നെ
നക്ഷത്രങ്ങൾ – പാതകൾ,
കാറ്റിനാൽ നെയ്തൊരു തൂവാലയാൽ
അവനതിന് പൊതിച്ചിലിടുന്നു.

നമ്മളോ കാണുന്നപ്പോൾ:
കണ്ണുചിമ്മുന്നു
സ്നേഹമയിയായൊരു സൂര്യൻ.
പിന്നെ
നാം കാണുന്നതോ
കുറ്റാക്കുറ്റിരുട്ട്. ∎

കോപം

കോപിക്കുന്നാക്രോശിക്കുന്നൂ യൂഫ്രട്ടീസ്
കരകളിൽനിന്നുമുയരുന്നൂ കഠാരികൾ
ഭൂകമ്പ പ്രകമ്പന ഗോപുരങ്ങൾ
ഇടിവെട്ട്
തിരമാലക്കോട്ടകൾ

കാണുന്നു ഞാൻ,
ആരോ അറുത്തെടുത്തിരിക്കുന്നൂ
പ്രഭാതത്തിൻ ചിറകുകൾ.
വാരിക്കുന്തങ്ങളുമായ്
വെള്ളം പൊങ്ങിവരുന്നൂ.

കോപിക്കുന്നാക്രോശിക്കുന്നൂ യൂഫ്രട്ടീസ്
ഇല്ലൊരഗ്നിയുമിതിൻ
വ്രണിത കോപത്തെത്തടുക്കുവാൻ
- ഇല്ലൊരു പ്രാർത്ഥന. ■

റ്റാമോർലേന്* നാലു പാട്ടുകൾ

നിയമത്തിനൊരു കണ്ണാടി

ഞെട്ടിക്കുക വിറപ്പിക്കുക
കന്യകാശരീരത്തെ
ഗർഭിണിയെയും,
ഞെട്ടലും കണ്ണീരും വേർപെടട്ടെ.
വയസ്സനെയും വിടേണ്ട
കുഞ്ഞിനെയും വിടേണ്ട
ഇതെന്റെ നിയമം

ആക്രമണം

ഒരു കുരുവി വെന്തു കരിയുന്നു
കുതിരകളും
സ്ത്രീകളും
പൊട്ടിപ്പിളരുന്നൂ
അപ്പക്കഷണം പോൽ
റ്റാമോർലേന്റെ കൈകളിൽ

അവർ

അവർ വന്നൂ നഗ്നരായി,
വീട്ടിനകത്തെത്തി
കുത്തിക്കുഴിച്ചുമൂടി
കുഞ്ഞുങ്ങളെ,
സ്ഥലം വിട്ടു.

---

* ടർക്കിഷ് സ്വേച്ഛാധിപതിയായിരുന്ന തിമൂർ.

വെള്ളപ്പൊക്കം

മിഹിയാർ മൃദുവായ് പാടി
പാപമോചനം നൽകി
പ്രാർത്ഥിച്ചു
കുറ്റപ്പെടുത്തി.

ഭ്രാന്തിന്റെ മുഖത്തെ അയാൾ അനുഗ്രഹിച്ചു
യുഗങ്ങളുടെ വ്രണം
തൊണ്ടയിലുരുക്കി ആശിച്ചു,
തന്റെ ശബ്ദം
ഒരു വെള്ളപ്പൊക്കമായിത്തീരണേ എന്ന്,
അതാവുകയും ചെയ്തു. ∎

മേഘങ്ങൾക്ക് ഒരു കണ്ണാടി

ചിറകുകൾ-
എന്നാൽ മെഴുകുകൊണ്ടു മെനഞ്ഞത്.
പൊഴിയുന്ന ഈ മഴയുണ്ടല്ലോ
അത് മഴയല്ല
കപ്പലുകളാണ്-
നമ്മുടെ വിതുമ്പലുകളെ, തേങ്ങലുകളെ
ഒഴുക്കിക്കൊണ്ടു പോകുന്നവ. ∎

സ്വേച്ഛാധിപതിക്ക്
ഒരു കണ്ണാടി

കരുതുക ഗോതമ്പുകതിരോരോന്നും,
ഒരു മണിയും പാഴാക്കരുതേ
വീണ്ടുകിട്ടും സ്വർഗ്ഗം
ഈ വിളവോടെ
വീണ്ടെടുക്കാം നമ്മുടെ രാജ്യം

നെഞ്ചിൻകൂടുകൾ എല്ലാ വേരുകളിൽനിന്നും
പിൻമാറും മുമ്പേ, അവ
പിച്ചിക്കീറുക
അവയെ കൊണ്ടുനടന്ന
ഈ മണ്ണിനെ മാറ്റിമറിക്കുക
അവരുടെ ചരിത്രം പേശിക്കൊണ്ടിരിക്കുന്ന
കാലത്തെ തുടച്ചുമാറ്റുക
അവർക്കായി കുനിഞ്ഞ ആകാശത്തെയും
തുടച്ചുനീക്കുക

കരുതുക ഗോതമ്പുകതിരോരോന്നും,
എന്നാലേ
ഭൂമിക്കു തന്റെ പ്രതിജ്ഞ നിറവേറ്റാനാകൂ
കരുതുക, ഗോതമ്പുകതിരോരോന്നും. ∎

ബുള്ളറ്റ്

ഒരു ബുള്ളറ്റ് ചുഴന്ന് ചുഴന്ന്
കറങ്ങിക്കറങ്ങി വരികയാണ്
നാഗരികതയുടെ കുത്തൊഴുക്കുകൊണ്ട്
എണ്ണയിട്ടു മിനുക്കിയതാണത്.

അത് പ്രഭാതത്തിന്റെ മുഖത്തെ
അള്ളിക്കീറുകയാണ്.
ഈ ദൃശ്യം ആവർത്തിച്ചു കാട്ടാൻ
ഒരു നിമിഷവും ശേഷിക്കുന്നില്ല

കാണികൾ
ഒരു കവിൾ ശ്വാസം കൂടിയെടുത്ത്
ജീവിക്കാൻ ശ്രമിക്കയാണ്
തിരശ്ശീലയില്ല
നിഴലുകളില്ല
ഇടവേളയില്ല:
രംഗം ചരിത്രമാണ്
കഥാനായകൻ
നാഗരികതയാണ്. ■

രണ്ടു കവികൾ

ശബ്ദത്തിനും മാറ്റൊലിക്കും മധ്യേ
നിൽക്കുന്നൂ, കണ്ടു കവികൾ.
ഒന്നാം കവി സംസാരിക്കുന്നത്
ഭഗ്നചന്ദ്രനെപ്പോലെ.
രണ്ടാം കവി നിശ്ശബ്ദൻ
ഒരു ശിശുവിനെപ്പോലെ,
ഏതോ അഗ്നിപർവതത്തിന്റെ കൈകളിൽ
ഓരോ രാത്രിയും
തൊട്ടിലാട്ടിയുറങ്ങുന്നവൻ. ∎

ഒരു സ്വപ്നത്തിന് ഒരു കണ്ണാടി

എടുത്തോളൂ എന്റെ സ്വപ്നത്തെ
തയ്ച്ചോളൂ ഉടുത്തോളൂ

ഇന്നലെയെ
നീയെന്റെ കൈകളിൽ
കിടന്നുറങ്ങാൻ വിട്ടു,
സൂര്യരഥങ്ങളിൽ
ഒരു മുരൾച്ചയായിട്ടെന്നെ
ചുറ്റിത്തിരിയിച്ചുകൊണ്ട്.

എന്റെ കണ്ണുകളിൽനിന്ന്
കുതിച്ചുപറന്നുയരുകയാണ്
ഒരു കടൽക്കാക്ക ∎

ഒരു ചോദ്യത്തിന് ഒരു കണ്ണാടി

ഞാൻ ചോദിച്ചു, അവർ പറഞ്ഞു –
ജ്വാലയാൽ ചുറ്റിവരിഞ്ഞ മരച്ചില്ല
ഇപ്പോളൊരു കുരുവിയാകുന്നുവെന്ന്.
അവർ പറഞ്ഞു, എന്റെ മുഖം
തിരമാലകളാണെന്ന്
ലോകത്തിന്റെ മുഖം
കണ്ണാടികളുടെ കൂമ്പാരമാണെന്ന്
ഒരു ദീപസ്തംഭമാണെന്ന്
നാവികന്റെ സങ്കടമാണെന്ന്.

ഞാനെത്തി,
ഉലകം ചുറ്റിപ്പോന്ന എന്റെ വഴികളെല്ലാം
മഷിയായിരുന്നു
ഓരോന്നും ഓരോ ആംഗ്യം
ഓരോരോ പ്രയോഗവിശേഷം.
എന്നാൽ അതിനും എനിക്കും ഇടയിൽ
ചുവടുകളാൽ
പ്രവചനത്താൽ
അഗ്നിയാൽ പണിത
'സാഹോദര്യം' എന്നൊരു പാലമുണ്ടെന്ന്
ഞാനറിഞ്ഞതേയില്ല.

ഒരു തീപ്പൊരിക്കുള്ളിൽ സഞ്ചരിക്കുന്ന
കപ്പലാണ് എന്റെ മുഖമെന്ന്
ഞാനറിഞ്ഞതേയില്ല. ■

ഇരുപതാം ശതകത്തിനൊരു കണ്ണാടി

ശിശുവിന്റെ മുഖമുള്ള ഒരു ശവപ്പെട്ടി,
കാക്കയുടെ കുടലിനുള്ളിലെഴുതപ്പെട്ട പുസ്തകം,
ഒരു പൂവുമായി
ഇഴഞ്ഞുവലിഞ്ഞുനടക്കുന്ന ഒരു മൃഗം,
ഭ്രാന്തന്റെ ശ്വാസകോശങ്ങളിൽ
ശ്വസിക്കുന്നൊരു പാറ.
ഇതാണ് അത്
ഇത് ഇരുപതാം നൂറ്റാണ്ട്. ∎

രക്തസാക്ഷി

അവന്റെ വീർത്തുന്തിയ കൺപോളകളിൽ
കൊടും രാത്രിയെ കണ്ടവാറെ

അവന്റെ മുഖത്ത്
ഈന്തപ്പനകളും
നക്ഷത്രങ്ങളുമില്ലെന്നു കണ്ടവാറെ
കാറ്റുപോലെ
ഞാനവന്റെ തലയ്ക്കുചുറ്റും
ആഞ്ഞടിച്ചു
ഒരു മുളന്തണ്ടുപോലെ
ചിതറിച്ചു കളഞ്ഞു. ∎

ഖാലിദ*യ്ക്കൊരു കണ്ണാടി

തിര

ഖാലിദ ഒരു വിഷാദമാണ്
ചുറ്റും ചില്ലകൾ മുറ്റി
ഇലതുറ്റിപ്പടർന്ന ഒരു വിഷാദം

ഖാലിദ-
കണ്ണുകളിലെ ജലാശയത്തിൽ
പകലിനെ മുക്കിക്കളയുന്ന ഒരു യാത്ര,
നക്ഷത്ര വെളിച്ചവും
മേഘമുഖങ്ങളും
ധൂളിഞ്ഞരക്കങ്ങളും
എല്ലാം - ഒരേ പുഷ്പമെന്ന്
എന്നെ പഠിപ്പിച്ച തിര

ജലത്തിനടിയിൽ

രാത്രിയുടെ ഛായയിൽനിന്ന് നെയ്തെടുത്ത
വിരിപ്പിലാണ് ഞങ്ങളുറങ്ങിയത്
-രാത്രി വിസ്മൃതിയായിരുന്നു
വാദ്യോപകരണങ്ങളുടെ താളത്തിനൊത്ത്
ജലത്തിനടിയിലെ സൂര്യത്തിളക്കത്തിനൊത്ത്
ഞങ്ങളിലെ രക്തഗീതങ്ങൾ ഉണർന്നു,
പിന്നെ, രാത്രി ഗർഭിണിയുമായി.

നഷ്ടം

ഒരിക്കൽ ഞാൻ നഷ്ടപ്പെട്ടു നിന്റെ കൈകളിൽ
എന്റെ ചുണ്ടുകൾ ഒരു കോട്ടയായിരുന്നു
ഉപരോധിക്കുവാൻ ത്വരകൊള്ളുന്ന പ്രണയത്തിൽ

---

* ഖാലിദ സെയ്ദ് : അറബ് സാഹിത്യവിമർശക. അഡോണിസിന്റെ പ്രിയ.

വിചിത്രമായൊരു
കടന്നാക്രമണത്തിനു വെമ്പുകയായിരുന്നു.
ഞാൻ മുന്നോട്ടുനീങ്ങി
നിന്റെ അരക്കെട്ട് ഒരു രാജ്ഞിയായിരുന്നു.
നിന്റെ കൈകൾ പടനായകൻമാർ
നിന്റെ കൺകൾ
അഭയവും സുഹൃത്തുമായിരുന്നു.
നാം പരസ്പരം ഇഴുകിച്ചേർന്നു
പരസ്പരം നഷ്ടപ്പെട്ടവരായി
നാം അഗ്നിയുടെ വനത്തിലേയ്ക്കു കടന്നു
ഞാനാണ് ആദ്യം കാൽവെച്ചത്
നീയൊരു നടത്താര തെളിച്ചുകാട്ടി....

ക്ഷീണം

വീടിനുചുറ്റും ആ പഴയ അവശത,
എന്നാലിപ്പോൾ പൂപ്പാത്രങ്ങളുണ്ട്
അവൻ കിടന്നുറങ്ങാറുള്ള ബാൽക്കണിയുമുണ്ട്.

പെട്ടെന്നവനെ കാണാതാവും
അവന്റെ യാത്രകളെച്ചൊല്ലി ഞങ്ങൾ പരിഭ്രാന്തരാണ്
വീടിനെ വളഞ്ഞ് ഞങ്ങൾ ഓടുന്നു
ഓരോ പുൽനാമ്പിനോടും ചോദിക്കുന്നു;
ഞങ്ങൾ പ്രാർത്ഥിക്കുന്നു;
ഞങ്ങൾക്കതിന്റെ ഒരു നോട്ടം കിട്ടുന്നുണ്ട്.
ഞങ്ങൾ അലറിവിളിക്കുന്നു - "എന്ത്, എവിടെ?
എല്ലാ കാറ്റുകളും വീശിക്കടന്നുപോയി
ഓരോ ചില്ലയും ഇളകിമറിഞ്ഞു
നീയോ, ഇതുവരെയും വന്നിട്ടില്ല."

മരണം

ഈ സെക്കന്റുകൾക്കുശേഷം
ചെറിയൊരു സമയം തിരിച്ചുവരും
നടത്തച്ചുവടുകളും സഞ്ചരിച്ച വഴികളും
തിരിച്ചുവരും
പിന്നെ വീടുകൾ ഏറെ പഴഞ്ചനാവും
ശയ്യ പകൽവെട്ടത്തെ ഊതിക്കെടുത്തും, മരിക്കും
തലയണയും മരിക്കും. ■

പ്രണയിയുടെ ഉടലിന് ഒരു കണ്ണാടി

പ്രണയിയുടെ ഉടൽ
ദിനംതോറും വായുവിലുരുകിപ്പോകുന്നു
അതൊരു നറുമണമായി
ചുറ്റിത്തിരിഞ്ഞ്
എല്ലാ സുഗന്ധങ്ങളെയും ഉണർത്തുന്നു.
അവൻ ശയ്യയിലെത്തി
തന്റെ സ്വപ്നങ്ങളെ പുതപ്പിക്കുന്നു
അറബിക്കുന്തിരിക്കം പോലെ
അവൻ അലിഞ്ഞുതീരുന്നു
അറബിക്കുന്തിരിക്കംപോലെത്തന്നെ
അവനായിത്തീരുകയും ചെയ്യുന്നു.
പാലങ്ങളുടെ രാവണൻകോട്ടയിൽ നഷ്ടപ്പെട്ട
വേദനിക്കുന്ന ഒരു ശിശുവാണ്
അവന്റെ ആദ്യകവിതകൾ.
അവയുടെ ജലത്തിൽ
എങ്ങനെ ജീവിക്കാമെന്ന് അവനറിയില്ല
അക്കരയ്ക്കു കടക്കാനും അവനറിയില്ല. ∎

ഹുസൈയിൻ പള്ളിക്കൊരു കണ്ണാടി

മുതുകു കൂന്ന്
അർധോന്മാദികളായി
പ്രാർത്ഥനകൾ അർച്ചിക്കാനായി
പതുക്കനെ നടന്നുപോകുന്ന
ഈ വൃക്ഷങ്ങളെ നിങ്ങൾ കാണുന്നില്ലേ?

ഉറയൂരിയൊരു വാൾ നിങ്ങൾ കാണുന്നില്ലേ
ഹുസൈയിൻപള്ളിക്കുചുറ്റും
ആക്രോശങ്ങളും നിലവിളികളുമായി
വെപ്രാളപ്പെട്ടു പ്രദക്ഷിണം ചെയ്യുന്ന,
കൈകളില്ലാത്തൊരു
ആരാച്ചാരെയും നിങ്ങൾ കാണുന്നില്ലേ? ∎

അന്വേഷണം

...ചിറകു വിടർത്തിക്കൊണ്ട്
ഒരു പക്ഷി-
ആകാശം താഴെ വീഴുമെന്ന്
അത് ഭയപ്പെടുന്നുണ്ടോ?
അഥവാ
തന്റെ തൂവലുകൾക്കുള്ളിൽ
കാറ്റ് ഒരു പുസ്തകമായി
പാർക്കുന്നുവെന്ന് ഭയപ്പെടുന്നുണ്ടോ?

കഴുത്ത്
ചക്രവാളത്തെ കൊളുത്തിട്ട് വലിക്കുന്നു.
ചിറകുകളോ-
വാക്കുകൾ,
ഏതോ ദുർഘടങ്ങളിൽ
അവ നീന്തിക്കൊണ്ടിരിക്കുന്നു..... ∎

കവികൾ

അവർക്കില്ലൊരിടം
അവരോ-
ഭൂമിയുടെ ഉടലിന് ചൂടുപകരുന്നു.
അവരാണതിന്റെ താക്കോലുകൾ ഉണ്ടാക്കുന്നത്
അവർ ഒരു കുലവും സൃഷ്ടിക്കുന്നില്ല
തങ്ങളുടെ പുരാവൃത്തങ്ങൾക്കു പാർക്കാൻ
ഒരു വീടും പണിയുന്നില്ല
അവർ എഴുതുന്നു അവയെ
സൂര്യൻ തന്റെ ചരിത്രമെഴുതും പോലെ,
അവർക്കില്ലൊരിടം.... ∎

പരീക്ഷണം

കൊള്ളാം, ഉറങ്ങേണ്ട,
ഉറക്കമൊഴിവാക്കി
ഈ പാതകളെക്കുറിച്ചു പഠിക്കാം
മറ്റുള്ളവർക്കെന്തറിയാമെന്ന്
അറിയാനും കൊള്ളാം.
കൊള്ളാം,
ഞാനീയാൾക്കൂട്ടത്തിൽ ചേരും
ചുവട് ഒന്ന് രണ്ട് മൂന്ന്.....
ഏതോ ഒരു ചത്തവൻ, ഏതോ ഒരു പോലീസുകാരൻ
ഏതോ ഒരു ചത്തവൻ, ഏതോ ഒരു പോലീസുകാരൻ
ഏതോ ഒരു ചത്തവൻ, ഏതോ ഒരു പോലീസുകാരൻ
പിന്നെ നീ ഞങ്ങൾക്കെതിരെ
സാക്ഷിയാവുകയുമില്ല

ഇവിടെ ഞാൻ വാക്കുകളുടെ സമുദ്രത്തിൽ.
ഒഴുകുന്നൂ മീതേ വിരിപ്പുകൾ
തോന്നുന്നു, ഞാനതിൽ ഉറങ്ങുകയാണെന്ന്.
അറിയുന്നൂ ഞാൻ ആവർത്തിക്കുന്നു
മറ്റുള്ളവർ പറഞ്ഞത്. ∎

കുട്ടികൾ

കുട്ടികൾ
വർത്തമാനകാലത്തിന്റെ പുസ്തകം വായിക്കുന്നു,
അവർ പറയുന്നു
പൊട്ടിച്ചിതറിയ
ഉടലുകളിലെ ഗർഭപാത്രങ്ങളിൽ
വിരിയുന്ന ഒരു കാലമാണിത്.
അവർ എഴുതുന്നു
മരണം ഭൂമിയെ കാത്തുപോരുന്ന
ഒരു കാലമാണിത്
ജലം ജലത്തെ വഞ്ചിക്കുന്ന
ഒരു കാലമാണിത്. ∎

ധൂർത്തൻ

ഇല്ല ഞങ്ങൾക്കിടയിൽ ചക്രവാളം

പ്രണയവൃക്ഷങ്ങൾ ധൂളിയായുതിർന്നുപോയ്
എൻപാദങ്ങളെ
അക്കരയക്ക് കടത്തുമൊരു വാഹനമായി രാത്രി.
കൊണ്ടു പോകുന്നൂ
മരുഭൂമിയെ മരുഭൂമിയിലേക്കുതന്നെ.

ഇല്ല ഞങ്ങൾക്കിടയിൽ ചക്രവാളം

സമയം നഗ്നത
മരണമെന്നുടുവസ്ത്രം:

വെറും മരുഭൂവിൻ അവകാശിയായൊരാൾ
അപ്പമായേറ്റിവരുന്നൂ കറുത്ത കല്ലുകൾ
സൂര്യൻ അവന്റെ ജലമാകുന്നു
സൂര്യൻ അവന്റെ തണലാകുന്നു. ■

സംശയത്തിന്റെ ആരംഭം

മനുഷ്യരെത്തേടി ഞാനിവിടെ ജനിച്ചുകൊണ്ടിരിക്കുന്നു.

ഈ ഇടം, ഈ നെടുവീർപ്പിടൽ
ഞാനിഷ്ടപ്പെടുന്നു
നെറ്റിയെ മൂടുമീമൺപൊടിയെ
ഞാൻ സ്നേഹിക്കുന്നു
ഞാൻ പ്രകാശനിർഭരനാവുന്നു.

തേടുന്നൂ ഞാൻ മനുഷ്യരെ
തേടുന്നൂ നീറ്റുറവകളെ
അഗ്നിസ്ഫുലിംഗങ്ങളെ.

ഇന്നോളം എഴുതിയതും വരച്ചതും നോക്കുന്നു,
ഒന്നുമില്ല മോഹം മാത്രം.
ഞാൻ നോക്കുന്നു വായിക്കുന്നു
മനുഷ്യധൂളിയിലും
ഇതേ മഹത്ത്വം. ■

കവിതയുടെ ആരംഭം

ഒരു ചക്രവാളമാവുക-
ഒരാൾക്കാകാൻ കഴിയുന്ന
ഏറ്റവും നല്ല കാര്യം.
അപ്പോൾ മറ്റുള്ളവരുടെ കാര്യമോ?

ചിലർ കരുതുന്നൂ നീ വിളിയാണെന്ന്
മറ്റുള്ളവർ കരുതുന്നൂ നീ മാറ്റൊലിയാണെന്ന്.

വെളിച്ചത്തിനോടും ഇരുട്ടിനോടും
ഒഴികഴിവുകാരനാവുക-
ഒരാൾക്കാകാൻ കഴിയുന്ന
ഏറ്റവും നല്ല കാര്യം,
അവിടെ അവസാനവാക്കുകൾ
നിന്റെ ആദ്യവാക്കുകളാവും.

മറ്റുള്ളവരുടെ കാര്യമോ?

ചിലർ കരുതും
നീ സൃഷ്ടിയുടെ തിരയാണെന്ന്
മറ്റുള്ളവർ കരുതും
നീ തന്നെ സ്രഷ്ടാവെന്ന്.

ഒരു ലക്ഷ്യസ്ഥാനം-
നിശ്ശബ്ദതയ്ക്കും വാക്കുകൾക്കുമിടയിൽ
ഒരു നാൽക്കവല - ആവുക,
ഒരാൾക്കാകാൻ കഴിയുന്ന
ഏറ്റവും നല്ല കാര്യം. ■

ഗ്രന്ഥാരംഭം

ഒരു കർത്താവ് അല്ലെങ്കിൽ ഒരു സർവനാമം,
കാലമാകുന്നു വിശേഷണം. എന്ത്?

നിങ്ങൾ എന്തെങ്കിലും പറഞ്ഞുവോ
അഥവാ നിങ്ങളുടെ പേരിൽ
എന്തോ ആരോ സംസാരിക്കുന്നുവോ?

എന്താണ് കടം കൊള്ളേണ്ടത്?
രൂപകം ഒരാവരണം,
ആവരണമെന്നത് നഷ്ടമാകുന്നു-
ഇവിടെ നിങ്ങളുടെ ജീവിതത്തെ
വാക്കുകൾ ആക്രമിച്ചുകൊണ്ടിരിക്കയാണ്.
നിഘണ്ടുക്കൾ രഹസ്യങ്ങളുപേക്ഷിക്കുന്നില്ല.
വാക്കുകൾ ഉത്തരം തരുന്നില്ല
അവ ചോദ്യം ചെയ്തുകൊണ്ടേയിരിക്കുന്നു-
നഷ്ടത്തെ, രൂപകത്തെയും
എല്ലാം-
ഒരഗ്നിയിൽനിന്ന്
മറ്റൊരഗ്നിയിലേക്കുള്ള മാറ്റം
ഒരു മരണത്തിൽനിന്ന്
മറ്റൊരു മരണത്തിലേക്കുള്ള മാറ്റം.

നീ-
ഈ തിരിച്ചറിവിന്റെ വാക്യം,
ഓരോ വ്യാഖ്യാനത്തിലും
പുനർജനിക്കുന്നു

എന്തായാലും ഒരു വഴിയുമില്ല
നിന്റെ മുഖം വർണ്ണിക്കുവാൻ. ∎

പ്രേമത്തിന്റെ ആരംഭം

പ്രണയികൾ വായിക്കുന്നു സ്വന്തം മുറിവുകൾ.
അത് മറ്റൊരു കാലത്തിന്റേത്
എന്നെഴുതിവെച്ച്
നാം വരച്ചിട്ടു നമ്മുടെ കാലം:
എൻമുഖം സന്ധ്യയാകുന്നു
നിൻ കൺപീലികൾ പ്രഭാതവും.
നമ്മുടെ ചുവടുകൾ രക്തവും അഭിലാഷവും
അവരുടേതുപോലെത്തന്നെ.

അവരുണർന്ന നേരങ്ങളിലൊക്കെ
അവർ നമ്മെ പറിച്ചെടുത്തു,
വലിച്ചെറിഞ്ഞു സ്വന്തം പ്രണയത്തെ
നമ്മളെയും–
കാറ്റിലൊരു പുഷ്പമായ്. ∎

പാതയുടെ തുടക്കം

ഇരവ് ഒരു കടലാസ്സ്
നമ്മൾ മഷി:

- "ഒരു മുഖമോ ശിലയോ നീ വരച്ചുവോ?"
- ഒരു മുഖമോ ശിലയോ,
നീ എന്താണ് വരച്ചത്?

ഞാൻ മറുപടി പറഞ്ഞില്ല,
അവളും.
ഞങ്ങളുടെ പ്രണയം
ഞങ്ങളുടെ നിശ്ശബ്ദത

അതിനില്ല ഊടുവഴികൾ
ഞങ്ങളുടെ പ്രണയത്തെപ്പോലെത്തന്നെ
അതിലേയ്ക്കു നയിക്കുന്ന പാതയുമില്ല. ∎

കാമത്തിന്റെ ആരംഭം - 1

മുറികൾ ചായുന്നു
നമ്മുടെ കൈത്തണ്ടകളിൽ
കാമം ഉയർത്തുന്നൂ ഗോപുരങ്ങൾ-
പിന്നെ
വിഷാദത്തിന്റെ
ഉൾക്കടലിലേക്കൊരു വീഴ്ച,
പൊട്ടിച്ചിതറൽ.
നമ്മുടെ അരക്കെട്ടുകളുടെ ഉൾക്കടലുകളിൽ
തളം കെട്ടുന്നൂ ഒരു വിഷാദം-
കാമം അതിന്റെ വാതിലുകൾ തുറക്കുന്നു-
നാം പ്രവേശിക്കുന്നു.

തീ വിതച്ചുകൊണ്ടേയിരിക്കുന്നു
രാത്രി അതിന്റെ മെഴുകുതിരികൾ കൊയ്തെടുക്കുന്നു-
കുന്ന് കുഴിച്ച് ഒരു തൊട്ടിൽ നാം മെനഞ്ഞെടുക്കുന്നു
ആ കുഴി വെട്ടി മൂടുന്നു
ചക്രവാളമേ
കൈതരികയെന്നു മന്ത്രിക്കുന്നു നമ്മൾ.

കര നഷ്ടപ്പെട്ട നദിപോലെ
കടുകയ്പിന്റെ വെളിച്ചം,
കൈവശപ്പെടുത്തുന്നൂ നാം
അതിന്റെ ജലം;
പിന്നെ
പ്രണയത്തിന്റെ തീരങ്ങൾ മൂടുവാനായി
നദിയുടെ തിട്ടകളെ
ഒരു വസ്ത്രമാക്കിമാറ്റുന്നു. ■

പേരിന്റെ ആരംഭം

എന്റെ നാളുകൾക്ക് അവളുടെ പേരാണ്
എന്റെ സങ്കടങ്ങൾക്കുള്ളിൽ
ആകാശം രാത്രികാലങ്ങൾ ചെലവഴിക്കുമ്പോൾ
എന്റെ സ്വപ്നത്തിന് അവളുടെ പേരാണ്
അവളുടെ പേര് - ഭൂതോദയം,
കൊന്നവനും കൊല്ലപ്പെട്ടതും ഒന്നായിരിക്കെ
സദ്യ എന്നാകുന്നു അവളുടെ പേര്.

ഒരിക്കൽ ഞാൻ പാടിയിരുന്നു:
അവശതയിൽ ഓരോ പനിനീർപൂവും
അവളുടെ പേരാകുന്നു
യാത്രയിൽ ഓരോ പനിനീർപൂവും
അവളുടെ പേരാകുന്നു.

പാതയ്ക്കൊരവസാനമായോ?
അവൾ സ്വന്തം പേരു മാറ്റിയോ? ∎

കണ്ടുമുട്ടലിന്റെ തുടക്കം

ഒരു സ്ത്രീയും ഒരു പുരുഷനും
അവരെ കൊരുത്തുനിർത്തുന്നു
ചൂരൽപ്പടർപ്പുകളും ഞരക്കങ്ങളും.
മഴയും മണ്ണും കണ്ടുമുട്ടുന്നു-

കല്ലട്ടികൾ തകരുന്നു
ചാമ്പലിന്റെ ഭാഷയിൽനിന്ന്
ഒരു തീപ്പൊരി തിളങ്ങുന്നു

ആസന്നമായ മേഘമെവിടെ
വിഷാദങ്ങളുടെ ഗ്രന്ഥമെവിടെ? ഞാൻ ചോദിക്കുന്നു-

നിന്റെ കണ്ണുകളിൽ പരിഭ്രാന്തിയാണ്
എന്റെ ചോദ്യം കേട്ട ഭാവമേയില്ല
നിന്റെ മുഖത്തിന്.

ഞാൻ രാത്രിയുടെ അന്ത്യം
ഞാൻ സ്നേഹിക്കുന്നു
ആകയാൽ ആരംഭിക്കുന്നു

ഞാൻ പറയുന്നു,
അവർ കണ്ടുമുട്ടി
ഒരാണും ഒരു പെണ്ണും
ഒരാണും ഒരു പെണ്ണും ∎

കാമത്തിന്റെ ആരംഭം – 2

ഒരു മുറി ബാൽക്കണികൾ ഇരുട്ട്
ഒരുടൽ രണ്ടായി പിളരുന്നു
വ്രണാവശിഷ്ടങ്ങളുറങ്ങുന്നു
ഒരു നഷ്ടത്തിനും
മറ്റൊരു നഷ്ടത്തിനും ഇടയിൽ.

നമ്മുടെ രക്തങ്ങൾ
സംഭാഷണ ഭ്രമണത്തിലാണ്,
നമ്മുടെ ദുർഘടങ്ങളാണ് വാക്കുകൾ. ∎

കാറ്റിന്റെ ആരംഭം

"രാത്രിയുടെ ശരീരം -
വ്രണങ്ങളുടെയും രാപകലുകളുടെയും വീട്"
അവൾ പറഞ്ഞു

പ്രഭാതത്തിന്റെ പ്രാരംഭപഥത്തിലൂടെ
ഞങ്ങൾ തുടങ്ങുന്നു.
തണലത്തെത്തുന്നൂ ഞങ്ങൾ
ഞങ്ങളുടെ സ്വപ്നങ്ങൾ കെട്ടുപിണയുന്നു.
സൂര്യ അവളുടെ പുഷ്പങ്ങൾ തുറക്കുന്നു:
"കടലിന്റെ വേഷം കെട്ടി
നുരയും പതയും വരും"-

അളന്നുനോക്കാൻ തുനിയുന്നു ഞങ്ങൾ,
ഞങ്ങളുടെ ദൂരങ്ങളെ.

ഞങ്ങളുടെ അടയാളങ്ങളെ തുടച്ചുമാറ്റുന്ന
കാറ്റുകളെ ഞങ്ങൾ കാണുന്നു

ഞങ്ങൾ മന്ത്രിക്കുന്നു,
എല്ലാ കാലങ്ങളെയും
ഓർത്തെടുക്കാനായെങ്കിൽ!

- പിന്നെ ഞങ്ങൾ
പിരിഞ്ഞുപോവുകയായി. ∎

മരണത്തിന്റെ നാന്ദി

ഓരോ ചുവടുവെച്ച്
കയറിവരുന്നൂ മരണം - അവന്റെ ചുമലുകൾ:
ഒരു സ്ത്രീയും ഒരു അരയന്നവും.

ഓരോ ചുവടുവെച്ച്
ഇറങ്ങിവരുന്നൂ മരണം - അവന്റെ പാദങ്ങൾ:

തീപ്പൊരികളും
നശിച്ചുപോയ നഗരങ്ങളുടെ
അവശിഷ്ടങ്ങളും.

സർവം ചിറകുകളായ ആകാശമോ–

പടർന്നുപടർന്നുകൊണ്ടിരിക്കുന്നു. ∎

മിണ്ടാട്ടത്തിന്റെ തുടക്കം

ഇനി നമുക്ക് ചോദിക്കാം
നാം എങ്ങനെയാണ് കണ്ടുമുട്ടിയത്,
ആർത്തുവിളിക്കാം
നമ്മുടെ തിരിച്ചുവരവിനുള്ള
പാതയെപറ്റി.

പിന്നെ പറയാം:

ബീച്ചുകൾ ഉപേക്ഷിക്കപ്പെട്ടു കിടക്കുന്നു
കോട്ടകൾക്ക് പറയാൻ
നാശത്തിന്റെ കഥകളേയുള്ളൂ

ഇനി നമുക്ക് തലകുനിച്ചു പറയാം:
നമ്മൾ നാമാവശേഷരായി. ■

വചനത്തിന്റെ ആരംഭം - 1

ആ കുട്ടി ഞാനായിരുന്നു
ഒരിക്കൽ അപരിചിതമുഖമായ്
അവൻ എന്റെ അടുത്തേക്കു വന്നു
ഒന്നും പറഞ്ഞില്ല
നിശ്ശബ്ദമായി പരസ്പരം നോക്കി
ഞങ്ങൾ നടന്നു
ഞങ്ങളുടെ ചുവടുകൾ
ഞങ്ങൾക്കിടയ്ക്ക് പായുന്ന
ഒരപരിചിത നദി.

നല്ല പെരുമാറ്റ രീതികൾ
ഞങ്ങളെ ഒന്നിപ്പിച്ചു
കാറ്റിലിളകിയാടുന്ന ഈ കപ്പൽപ്പായ്
ഞങ്ങളെ അടുപ്പിച്ചു

പിന്നെ,

ഭൂമി എഴുതിവെച്ച ഒരു കൊടുംകാടാൽ
ഋതുഭേദങ്ങൾ നനച്ചു വളർത്തിയ
ഒരു കൊടുംകാടാൽ
ഞങ്ങൾ വേർപെട്ടു.

ഒരിക്കൽ കുഞ്ഞായിരുന്നവനേ വരിക
ഇപ്പോൾ നമ്മെ ഒന്നിപ്പിക്കുന്നതെന്താണ്
ഇന്ന് നമുക്കെന്താണ് പറയുവാനുള്ളത്. ∎

വചനത്തിന്റെ ആരംഭം - 2

മരണം നിങ്ങളുടെ മുന്നിൽ നിൽക്കുമ്പോഴും
ഓർക്കണം
മരണം വരുന്നത്
നിങ്ങളുടെ പിറകിലൂടെയാണ്
അതിനെ നേരിടാൻ
നിങ്ങളുടെ ജീവിതം മാത്രമേയുള്ളൂ.

കണ്ണ് ഒരു പാതയാണ്
പാത ഒരു പരസ്പരഛേദമാണ്

ഒരു കുട്ടി ജീവിതവുമായി കളിക്കുന്നു
ഒരു വൃദ്ധൻ അതിലേക്ക് ചായുന്നു

അമിതപ്പേച്ചുകൊണ്ട് നാവു തുരുമ്പെടുക്കുന്നു
കിനാക്കളില്ലാതെ കണ്ണുവരളുന്നു

മുഖത്ത്
ചുളിവുകൾ, കുഴികൾ,
ഹൃദയത്തിൽ
തുളകൾ.

ഒരു ഉടൽ - പാതി ഉമ്മറപ്പടി,
പാതി ഇറക്കം.

അവന്റെ തല
ഒറ്റച്ചിറകുള്ള പൂമ്പാറ്റ

ആകാശം നിന്നെ വായിക്കുന്നു
മരണശേഷം നിന്നെ എഴുതുന്നു.

ആകാശത്തിനുണ്ട് രണ്ടു മുലകൾ
ഓരോ ഇടങ്ങളെയും
ഓരോ നിമിഷത്തെയും
മനുഷ്യർ വലിച്ചുകുടിക്കുന്നത്
അവയിൽ നിന്നാണ്

മനുഷ്യജീവി ഒരു പുസ്തകമാണ്
ജീവിതം അത് വായിച്ചുകൊണ്ടേയിരിക്കുന്നു,
മരണമോ-
ഒരു ഞൊടിയേ അതു വായിക്കുന്നുള്ളൂ
അതും ഒരിക്കൽ മാത്രം.

ഈ നഗരത്തിന്റെ കാര്യമോ?
കാലമെന്നുപേരുള്ള അന്ധകാരത്തിൽ
ഒരു ഊന്നുവടി പോലെ
കടന്നുവരുന്നൂ പ്രഭാതം.

ഗൃഹോദ്യാനത്തിലേക്ക്
പെട്ടികളുമായി വസന്തം കടന്നുവന്നു
തന്റെ കൈയിൽനിന്നു പെയ്യുന്ന മഴയിൽ
കുളിച്ചുനിൽക്കുന്ന മരങ്ങൾക്കായി
പെട്ടി തുറന്ന്
ഓരോന്നു നീട്ടിത്തുടങ്ങി.

എന്തുകൊണ്ട്
കവി എപ്പോഴും അബദ്ധം പിണഞ്ഞുനിൽക്കുന്നു?
വസന്തം അവനു നൽകുന്നു
അതിന്റെ ഇലകൾ
അവൻ അവ മഷിയെ ഏല്പിക്കുന്നു.

മണലേ
നിന്നെ ഞാനനുഗ്രഹിക്കുന്നു,
ഒരേ സമയം
ഒരേ പാത്രത്തിലേക്ക്
ജലവും മൃഗതൃഷ്ണയും
പകരാൻ കഴിയുന്നത് നിനക്കുമാത്രം. ∎

ശരീരത്തിന്റെ തുടക്കങ്ങൾ
കടലിന്റെ ഒടുക്കങ്ങൾ

അവളെ കണ്ടുമുട്ടുന്നതിനായി
പനിനീർപ്പൂ തന്റെ പുഷ്പശയ്യ ഒരുക്കുന്നു.
അരയിൽ ഒരു മേഘലക്കീറ് മാത്രമായി
ശിശിരത്തിൽ സൂര്യൻ നഗ്നനായി നിൽക്കുന്നു.
ഞാൻ പിറന്ന ഗ്രാമത്തിൽ
ഇങ്ങനെയാണ് പ്രണയം വന്നെത്തുന്നത്.

നിന്റെ മുഖപ്രകാശത്തിന്റെ
ചക്രവാളങ്ങളോട് കിടപിടിക്കാൻ
ഇല്ലൊരു അരുണിമയും.
നിന്റെ മുഖം-
പനിനീർപ്പൂവിന്റെ
വെളിച്ചവും നിഴലും.

അവളുടെ പേരിൽ-
കഴിഞ്ഞുകൂടാനായിക്കൊണ്ട് ജീവിക്കണമെന്ന്
ഞാനാശിക്കുന്നില്ല.
അവളുടെ ആലിംഗനത്തിൽ
ഞാനെന്റെ അഗ്നി ജ്വലിപ്പിക്കുന്നു
എന്റെ കാലത്തിന്റെ പാതവെട്ടുന്നു
ഞങ്ങൾക്കായി, അവൾക്കായും,
ഞാൻ പാടുന്നു
അവളുടെ പേരിൽ-
എന്റെ കീഴടക്കലിൽപെട്ട സുഹൃത്തേ,
ദീപ്തമായ അവളുടെ ഉടൽ
എന്നെ പഠിപ്പിക്കുന്നു, വീണ്ടുമൊന്നു പാടുവാൻ

ഞാനുണർന്ന് പ്രഭാതത്തോടു ചോദിക്കുന്നു,
നിന്നെക്കുറിച്ച്:
നീ ഉണർന്നുവോ?
എന്റെ തോളിലെ
ഓരോ ചില്ലയിലെയും വീടിനുചുറ്റും
നിന്റെ മുഖം കൊത്തിവെച്ചിരിക്കുന്നതു ഞാൻ കണ്ടു

അവൾ വന്നെത്തുന്നു,

അഥവാ അതൊരു കിനാവിന്റെ പ്രലോഭനമോ?
ചില്ലകളിലെ മഞ്ഞുതുള്ളികളോടു ചോദിച്ചു
സൂര്യനോടു ചോദിച്ചു
അവർ നിന്റെ പാദമുദ്രകൾ തിരിച്ചറിഞ്ഞുവോ?
വാതിൽക്കൽ എവിടെയാണ് നീ തൊട്ടത്?
പനിനീർപ്പൂക്കളും വൃക്ഷങ്ങളും എങ്ങനെയാണ്
നിന്നോടൊപ്പം നടന്നത്?

എന്റെ ദിനങ്ങളെ പിരിയാറായി,
ഞാൻ രണ്ടായിപ്പിളരാറായി:
എന്റെ രക്തം അവിടെ
എന്റെ ഉടൽ ഇവിടെ–
തകർന്നടിഞ്ഞ ലോകത്തിലേക്ക്
എന്റെ എഴുത്തുതാളുകളെ വലിച്ചെടുക്കാൻ
തീപ്പൊരികൾ വന്നു നില്പായി.

സമസ്ത പദാർത്ഥങ്ങളുടെയും
ശ്വാസകോശങ്ങൾകൊണ്ടാണ്
എന്റെ പ്രണയം ശ്വസിക്കുന്നതെന്ന്
ഞാൻ സങ്കല്പിക്കുന്നു

അതെന്നിലെത്തുന്നത്
പനിനീർപ്പൂക്കളുടെയോ മൺധൂളിയുടെയോ
കവിതയായിട്ട്–
എന്നും ഞാൻ സങ്കല്പിക്കുന്നു.

എന്റെ പ്രണയം വളരെ മൃദുലമായാണ്
എല്ലാറ്റിനോടും സംസാരിക്കുന്നതെന്ന്,
പ്രപഞ്ചത്തിന്റെ കാതിൽ
വാർത്തകൾ മന്ത്രിക്കുന്നതെന്ന്,
ഞാൻ സങ്കല്പിക്കുന്നു

പ്രകൃതിയുടെ മാറിടത്തിൽ
സൂര്യനും കാറ്റും ചെയ്യുന്നതെന്തെന്ന്
അഥവാ
ഭൂമിയുടെ പുസ്തകത്തിൽ
പകലിന്റെ മഷി കോരിയൊഴിക്കുമ്പോൾ
സംഭവിക്കുന്നതെന്തെന്ന്
ഞാൻ സങ്കല്പിച്ചുനോക്കുന്നു.

ഞങ്ങളുടെ നിശീഥം ശാന്തം
ഇങ്ങെങ്ങോ പൂക്കൾ തല കുനിക്കുന്നു
അങ്ങെങ്ങോ
ഗദ്ഗദം പോലൊന്നുയരുന്നുണ്ട്
-ഇല്ല വിറയൽ, ഇല്ല കൗശലം.
ശ്വാസകോശങ്ങളിൽ
രാത്രിയുടെ നെടുവീർപ്പുയരുന്നു
ജനലുകൾ കൺപോളകളടയ്ക്കുന്നു

-നീ വായിച്ചുകൊണ്ടിരിക്കയാണോ?
-നമുക്കല്പം ചായയുണ്ടാക്കാം.

ഒരു വെളിച്ചം അരിച്ചിറങ്ങുന്നു
നമ്മളിൽനിന്ന് നമ്മളിലേക്ക്
ഈ സ്ഥലത്തിന്റെ
മുഖം തന്നെ മാറിപ്പോകുന്നു

ഓരോ ദിവസവും
നാം നമ്മുടെ ഉടലുകളിലെത്തിച്ചേരുന്നു

അവയുടെ പുസ്തകങ്ങളിലെ
താളുകളോരോന്നായി മറിക്കുന്നു

ഒരു കനി, എന്നാലോ-
പെറുക്കിയെടുക്കുന്നത്
ഒരു രാജ്യം
അതിന് അതിർത്തികളില്ല

നഗരങ്ങളിലോ
വയലുകളിലോ

കാലു പോകുന്നിടത്തെല്ലാം
നാം കണ്ടുമുട്ടുമ്പോൾ,
നിശ്ശബ്ദത
അതിന്റെ വ്രണ-ഭാഷണത്തിലേയ്ക്ക് കടക്കട്ടെ.

ആകാശത്തെ ദീപ്തമാക്കുന്ന
ഒരു മുഖമാവട്ടെ എന്റെ പ്രണയമെന്ന്
നീ നിനയ്ക്കുന്നുവോ?
എങ്കിൽ നിന്റെ കണ്ണുകൾ
എന്റെ മുഖത്തിനൊരു വീടാകട്ടെ,
എന്നെ കൈക്കൊള്ളൂ
സംസാരിക്കൂ
നീയൊന്നും പറയുന്നില്ലെങ്കിൽ
നിന്റെ കൈകളിൽ ശയിക്കുന്ന എനിക്ക്
അറിയാൻ കഴിയില്ലല്ലോ
എന്റെ ഉടലിന്റെ താളം.

പ്രേമമേ അവന് നൽകുക
മറ്റൊരു ഉടൽ.
എന്തെന്നാൽ,
സഞ്ചാരം അസാധ്യമായ ഇടങ്ങളിൽ
വികാരങ്ങളുടെ നട്ടുച്ചച്ചൂടിൽ യാത്രചെയ്ത്
തൊണ്ടയിൽ ഭൂമിയെ ആവാഹിച്ച്
കയറിക്കയറിപ്പോകുവാൻ
അവനാശയുണ്ട്.

ഇപ്പോൾ അവന്റെ ഭൂമിയിൽ
രാത്രിവന്നു കുഴിച്ചുമൂടിയിരിക്കുന്നു
അവന്റെ ആദ്യമായി കൊല്ലപ്പെട്ട ശരീരം.

അതെ, അതുകൊണ്ടുതന്നെ

പ്രേമമേ അവന് നൽകണേ
മറ്റൊരു ദേഹം.

ഓരോ ദിവസവും
എന്റെ മുഖവും
അതിന്റെ കണ്ണാടിയും തമ്മിൽ
ഒരു സംഭാഷണമുണ്ട്.

അല്ല, അത് പ്രണയമെന്തെന്നറിയാനല്ല
എന്റെ സ്വഭാവമാറ്റങ്ങളെയോ
എന്റെ ദൃഷ്ടിയിലുള്ള മരണത്തിന്റെ
ലാഘവത്തെയോ അറിയുവാനുമല്ല,

എങ്ങനെയാണ്
കണ്ണാടിയോട് ചിലതുചോദിക്കുക എന്ന്
എന്റെ പ്രണയത്തെ പഠിപ്പിക്കുവാൻ മാത്രം.

ചോദ്യമിതാണ്:
അസ്തിത്വത്തിന്റെ നിശീഥപ്രകൃതം
അജ്ഞാതത്തിന്റെയും എന്റെയും സത്ത
എന്തുകൊണ്ടാണെനിക്ക് അറിയാൻ കഴിയാത്തത്?
എന്തുകൊണ്ടാണ്
എന്റെ മുഖത്തേക്കു
ഞാൻ നോക്കാതിരിക്കുമ്പോഴൊന്നും
എന്റെ ജീവിതത്തെ ഞാൻ തിരിച്ചറിയാത്തത്?

എത്ര ദയാലു ഈ ചന്ദ്രൻ,-
അവളുടെ തടാകത്തിൽനിന്നും
ജലം കോരിയെടുത്ത് പൊടുന്നനെ
വിടപറഞ്ഞോടി മറയുന്നു

എത്ര ദയാലുക്കൾ
ഈ ശയ്യയും വിരിപ്പും തലയണകളും-

'തുയിലുണർത്തും ദേവാ
പാലത്തിലൂടെ പൊടുന്നനെ വരൊല്ലേ,
വന്നോളൂ,
ചുവടുകൾ മെല്ലെമെല്ലെയാട്ടെ'യെന്നു
കെഞ്ചിക്കെഞ്ചി
കെട്ടിപ്പിണഞ്ഞു നാമിവിടെ
എത്രയെത്ര ദീർഘയാമങ്ങളിൽ.

എത്ര ദയാലുക്കൾ ഗ്രഹങ്ങളെപ്പോഴും-

നമ്മളെയൊന്നിപ്പിച്ച് പലേ വാർത്ത തൻ
ഉടയാടകളഴിപ്പിച്ച
സായന്തനങ്ങളിൽ
നമുക്കായ് പാടി
നവഗ്രഹങ്ങൾ
അത്ര മേലടുപ്പത്തിൽ.

എനിക്കും നിനക്കുമിടയിലുള്ളതിനെ
ഭൂതകാലമെന്നെങ്ങനെ വിളിക്കും?

"നമുക്കിടയിലുള്ളത് ഒരു കഥയല്ല
മനുഷ്യന്റെ ആപ്പിളോ ജിന്നിന്റെ ആപ്പിളോ അല്ല
ഒരു സ്ഥലത്തിന്റേയോ
കാലത്തിന്റെയൊ
അടയാളമല്ല
ചരിത്രവൽക്കരിക്കാൻ പോന്ന യാതൊന്നുമല്ല"
-അന്തരംഗത്തിലെ അവസ്ഥാന്തരങ്ങൾ
ഇങ്ങനെ നമ്മോടു പറയുന്നു.

ആ നിലയ്ക്ക്,
കാലത്തിന്റെ ചുക്കിച്ചുളിഞ്ഞ കൈകളാണ്
നമ്മുടെ പ്രണയത്തെ അപഹരിച്ചതെന്ന്
എനിക്കെങ്ങനെ പറയാൻ കഴിയും.

"**ഓ**രോ പ്രണയവും ദുരിതമാണ്"
അഥവാ ചില പ്രണയഭ്രാന്തൻമാർതന്നെ
പറഞ്ഞിട്ടുണ്ടല്ലോ – "സന്തോഷമെന്നത്
പ്രണയത്തിൽ ഒരു മിഥ്യ."

എന്തെങ്കിലും നേടുവാനല്ല ഞാൻ പ്രണയിക്കുന്നത്
എന്റെ പ്രണയം ഒരു മുഖാവരണമല്ല
ഒരു കൊടിയല്ല.
നീറ്റുറവ കുതിക്കുംപോലെ
സൂര്യൻ പ്രകാശിക്കുംപോലെ
ഞാൻ സ്നേഹിക്കുന്നു:
അതൊരു ജലപ്രളയം
മറ്റൊരുദ്ദേശ്യവുമില്ല.

എന്റെ പ്രണയം മിഥ്യയല്ല
എന്റെ പ്രണയം ദുരിതമല്ല.

നാം ജയിക്കും
ഏതോ ഒരു നാൾ,
ഇങ്ങനെ സങ്കല്പിക്കുവാൻ കഴിയുന്നതല്ലാതെ
ഇല്ലായിരിക്കാം പ്രണയം ഈ ഭൂമിയിൽ.

നിർത്തിക്കളയരുത്
മരണമാണ് മുന്നിലെങ്കിൽപോലും

തുടരുക പ്രിയേ
തുടരുക കവിതേ
നിന്റെ നർത്തനം.

ചാഞ്ഞും കുനിഞ്ഞും
ഇളകിയാടുന്ന മുളകൾക്കിടയിൽ
തിരകളായുരുളുന്ന സംഗീതനാദമാണു ഞാൻ,
സൂര്യദേവന്റെ അറയിൽ
വൃക്ഷങ്ങളുടെ തമ്പുകളിൽ
വെളിച്ചവുമായി ഞാൻ കലരുന്നു
ഞാനൊളിക്കുന്നൂ
നീറ്റുറവകൾക്കിടയിൽ ചില നേരങ്ങളിൽ

ഞാനിറങ്ങിവരുന്നൂ
കാണാൻവയ്യാത്ത അഗാധതകളുടെ
ചെരിവുകളിലൂടെ ചില നേരങ്ങളിൽ

ഹാ, പ്രേമം-
അവശതയുടെ ഉയരങ്ങളിൽനിന്ന്
ചാഞ്ഞുചെരിഞ്ഞുവരുന്ന ഒരു നീറ്റുറവ.

അർത്ഥം പരിഭ്രാന്തമായി
അലയുന്ന ശൂന്യതയിൽനിന്ന്
ഒന്നുമില്ലായ്മയിൽനിന്ന്
പ്രണയം വരവായി
നാം വരച്ചു നോക്കിക്കണ്ടതിനെക്കാൾ
വിപുലമായി ഉന്നതമായി
അപരിചിതമായി
അതു നിലകൊള്ളുകയായി
ഈ കനൽക്കട്ടകൾക്കിടയിൽ
വല്ല അഭയവും കിട്ടുമോ?

ഹാ ഇല്ല
അവന്റെ കണ്ണുകളിലൊഴികെ
ഒരിടത്തും നീന്തുവാനില്ല എന്റെ കണ്ണുകൾ

ഇല്ല
എന്റെ പ്രേമത്തെയും അതിന്റെ ഉടമസ്ഥതയെയും
തെളിയിച്ചുകാട്ടുവാൻ ഞാനാഗ്രഹിക്കുന്നില്ല

സ്വന്തങ്ങളോ സ്വത്വമോ കുലമോ
ഞാനാഗ്രഹിക്കുന്നില്ല.

ഉന്മാദം പകരുന്ന ഒരു ഭാഷയാവണം ഞങ്ങൾ
ഉടലിന്റെ അക്ഷരമാലയാവണം ഞങ്ങൾ
-അതു മാത്രമെന്റെ ആശ

നമ്മൾ അലഞ്ഞുതിരിഞ്ഞ
തെരുവുകളിലേക്ക് നമുക്ക് മടങ്ങിപ്പോകാം

നമ്മുടെ ശ്വാസത്തിന്റെ തടാകങ്ങളിൽ
ലോകം പാർപ്പുറപ്പിക്കുന്നതുകണ്ടത്
അവിടെവെച്ചാണ്

തകർന്ന ജനലുകളിലൂടെ
കാലം വരുന്നതും പോകുന്നതും കണ്ടത്
അവിടെ വെച്ചാണ്

നമ്മുടെ അബദ്ധക്കണ്ണാടികളിലേക്ക്
ചത്ത ഏടുകൾനിറഞ്ഞ നിഘണ്ടുക്കളിലേക്ക്
സ്വന്തം നഷ്ടാവശിഷ്ടങ്ങളിലൂടെ നാം നടന്നു,
നമ്മുടെ ചുവടുകൾ ശേഷിപ്പിച്ചില്ല
ഒരടയാളവും.

നമുക്ക് വീണ്ടും നടക്കാം
നാം ഒരു കാലത്ത് ജീവിച്ച
ഉത്സവദിനങ്ങളുടെ ഉദ്യാനങ്ങളിൽ.

എന്റെ സങ്കല്പത്തിലെ പെണ്ണുമായി
ഞാനെന്നെ തട്ടിച്ചുനോക്കി
അവളെത്തേടിനടന്നു
അവളുടെ വിശേഷങ്ങളുള്ള
യാതൊന്നും കണ്ണിൽപെട്ടില്ല-
ഇല്ല, ഒരു പാലം
എന്റെ ഉടലിനും എന്റെ കിനാവിനും ഇടയിൽ.

അങ്ങനെയാണ് ഞാൻ സങ്കല്പത്തിൽ
ജീവിക്കാൻ തുടങ്ങിയത്.
അങ്ങനെയാണ് ഞാനും വ്യാമോഹവും തമ്മിൽ
സുഹൃത്തുക്കളായത്.

കടുത്ത നിദ്രാഹാനി
കത്തിക്കുന്നു അതിന്റെ മെഴുകുതിരികൾ

പ്രണയിനിയുടെ കത്തുകളെ
അവയെഴുതിയ മഷിയിലേക്കുതന്നെ മടക്കിയാലോ?
ഈ ചിത്രങ്ങൾ കീറിക്കളഞ്ഞാലോ?

ഇപ്പോൾ ഞാനെന്റെ
ശരീരത്തെ വായിക്കുകയാണ്
ഈ നീണ്ട രാത്രിയുടെ മെഴുകുതിരിയിൽ
ഞാൻ വ്യഥകൾ നിറയ്ക്കുകയാണ്.

രാത്രിയിൽ ഞാനെന്റെ വീടാകെ പരിശോധിക്കുകയാണ്.
ലൈറ്റിട്ടു നോക്കുന്നു
കത്തുന്നില്ല,
ജനലുകൾ?
തുറന്നുനോക്കി
എന്നിട്ടുമില്ലൊരു തുള്ളി വെളിച്ചം.
വാതിലിലൂടെ വെളിച്ചം കിട്ടിയേക്കാം
കിണഞ്ഞുനോക്കി
ഇറ്റുവെട്ടവും കിട്ടിയില്ല.
പ്രേമം എന്നോടു പറയുന്നു:
ഭേദപ്പെടുംതോറും പിന്നെയും രക്തം ചിന്തുന്ന
ഒരു വ്രണംപോലെയാണ് ഇവിടെ ഇരുട്ട്-

ഹാ, പ്രേമമേ
ആകാശം ആകാശത്തെ വഞ്ചിക്കുമ്പോൾ
എങ്ങനെ വെളിച്ചത്തിന്
പ്രകാശിക്കാൻ കഴിയും.

നമ്മുടെ ദിനരാത്രങ്ങൾ പുതഞ്ഞുകിടക്കുന്ന
ആ ശയ്യയെ ഞാൻ ഇഷ്ടപ്പെടാൻ തുടങ്ങി

നമ്മുടെ ഭാവിദർശനങ്ങൾ
നെടുവീർപ്പുകൾ രഹസ്യങ്ങൾ എല്ലാം
അതിന്റെ നെഞ്ചിലാണ് നാം വിതറിയിട്ടത്
നമ്മളെപ്പറ്റി ചോദിച്ച്
നമ്മളുടെ വാർത്തയെന്തെന്ന് ചോദിച്ച്
അതെന്നെ തുറിച്ചുനോക്കുന്നതായി തോന്നുന്നു.

ഇടനാഴികളിൽ മുങ്ങിച്ചത്ത്
ചായുന്നൂ ഞാൻ ആ ശയ്യയിൽ.
നിശ്ശബ്ദതയിൽ പൊട്ടിത്തെറിക്കുന്ന
ഒരു നിലവിളിയാവുന്നൂ എന്റെ പ്രണയം.

നിന്റെ കണ്ണുകൾ എങ്ങനെയാണ്
എന്റെ കണ്ണുകളെ എഴുതുന്നതെന്ന്
ജീവിതത്തിന്റെ കെണിയിൽ
നമ്മുടെ ശരീരം എങ്ങനെയാണ് വീഴുന്നതെന്ന്
നിശ്ചലദിവസങ്ങളുടെ തടാകങ്ങളിൽ
നമ്മുടെ സ്വപ്നങ്ങളെങ്ങനെയാണ്
അലിഞ്ഞുചേരുന്നതെന്ന്
അറിയുവാൻ കഴിയുവോളം
പഠിക്കുക തന്നെ.

നിന്റെ കൺകളുടെ അക്ഷരമാലക്കിടയിൽ
എന്റെ കണ്ണുകൾ തിരുകിവെയ്ക്കുക തന്നെ.

കാലം ശയ്യയല്ല
ഭൂമി ഉറക്കത്തിലല്ല.
പ്രണയത്തിന്റെ വൃക്ഷങ്ങൾക്ക് ഇലയില്ല
പ്രണയം കൊതിച്ച ഇടം നിശ്ശൂന്യം.

അവന്റെ സ്വപ്നങ്ങളെ ഉണർത്തിയത്
ആ രാത്രിയായിരിക്കുമോ
സൂര്യന്റെ തെരുവുകളിൽ
അവർ ഓടിക്കൊണ്ടിരിക്കയാവുമോ?
പ്രേമത്തിന്റെ പരിധിയിലിരുന്ന്
കോട്ടുവായിടുന്ന ഈ സൂര്യന്മാർ
ഭൂമിക്ക് ഒന്നുമല്ല
വെറും വ്രണങ്ങൾ മാത്രം.

എനിക്കുമുൻപേ വന്ന പ്രണയിയുടെ
കഷ്ടനഷ്ടാവശിഷ്ടങ്ങളിൽ നിലയുറപ്പിച്ച് ഞാൻ പാടും
ഈ സൃഷ്ടി വേറെ ഒന്നുമല്ല
ഒരു വഴിമരുന്നിടൽ മാത്രം.

നമുക്കെന്താണ് നഷ്ടപ്പെട്ടത്
നമ്മളിൽ നഷ്ടപ്പെട്ടത് എന്താണ്

നമ്മെ വേർപെടുത്തിയതും
ഇപ്പോൾ ഒരുമിപ്പിക്കുന്നതുമായ ഈ ദൂരങ്ങൾ
ആരുടേതാണ്?

ഇനിയും നാം ഒന്നായിട്ടുണ്ടോ
അഥവാ
നാമിരുവരും ചിതറിയിരിക്കുന്നുവോ?
എത്ര മാന്യമാണ് ഈ മൺപൊടി-

ഈ ഒറ്റമാത്രയിൽത്തന്നെ
എന്റെ ഉടൽ, ആ ധൂളിയും
ഒന്നായിരിക്കുന്നു

ഞാനാണയിട്ടു പറയുന്നു
നീയാണ് വേര്

അതിൽ ശേഷിക്കുന്നതെന്തെന്ന്
നിശ്ശബ്ദതയിൽ വായിക്കുവാൻ പറയുവാൻ
ഞാൻ ശ്രമിച്ചു:
ഇല്ല ശബ്ദം.
ഈ മൂകത എങ്ങനെ നമ്മെ കണ്ടു
ഈ മൂകത അതിൽ തന്നെയുള്ള ഭാഷയല്ലേ?

നിന്റെ മുഖം
എന്റെ മുഖം
ഈ സായന്തനം
എല്ലാം ഒരു വ്രണത്തിന്റെ
യാനപാത്രത്തിനുള്ള സമുദ്രം-
അതിലെ കപ്പിത്താന്റെ മുഖം തണുത്തിരിക്കുന്നു
'യെസ്' എന്നോ 'നോ' എന്നോ ഉള്ള വാക്കുകൾക്ക്
അതിൽ ഇടമില്ല

ലോകത്തുടനീളം തെണ്ടിത്തിരിഞ്ഞ്
ഞാനെത്രയോ വത്സരങ്ങൾ താണ്ടി
അലച്ചിലെന്റെ ഉടൽ തളർത്തിക്കളഞ്ഞു

ഇതു ഞാൻ പാടുന്നു
നമ്മുടെ ബാല്യങ്ങൾക്കായി.

ഞാൻ വൃദ്ധനായെന്ന്
വിശ്വസിക്കാനെനിക്കാവുന്നില്ല

ഞാൻ നടക്കുന്നു
അപരിചിതനായി
സാന്ത്വനമൊന്നും വേണ്ട
പരാതിയില്ല
എന്റെ പ്രേമവും മരണവും
ഒരേ ഭ്രമണപഥത്തിലാണ്.
പക്ഷേ എന്റെ പിറകെ വരുന്നവരെ
തെല്ലൊന്നു പ്രേരിപ്പിക്കുവാൻ
ഞാൻ ഉത്സുകനാകുന്നു-
ഉടലിന്റെ ഉദ്ദീപ്തമായ കാന്തികൊണ്ട്
അനന്തതയുടെ അന്ധകാരത്തെ
ജ്യോതിസ്സാക്കി മാറ്റേണമേ

ജീവിതം
കൊടുങ്കാറ്റുകളുടെ വലകളിലിട്ട്
നമ്മെ ചുഴറ്റി
ദിനജാലകങ്ങളെ അത് മുലയൂട്ടി
നാമെന്തു നേടി - ചോദിച്ചു ഞാൻ
കാണുന്നു,
വലകളൊഴികെ
ജനലുകളിൽ വേറൊന്നുമില്ല

നാം നമ്മെ കബളിപ്പിച്ചുവോ
നമ്മുടെ പുരാതനൻമാരെപോലെ
വലകൾക്കു പുറത്തെന്നോ നമ്മൾ?

ചങ്ങലകളെ സ്നേഹിച്ചൊരു ജീവിതത്തെ
ആവോളം സ്നേഹിച്ചൊരാ
പുരാതനൻമാരെപോലെയോ നാം?

"**നി**ന്റെ മേൽ വരച്ചിട്ടിരിക്കുന്നൊരീവഴികൾ
എന്റേതല്ലോ"
ഓരോ വട്ടവും ഇതു നീ പറയുമ്പോൾ
എന്റെ യുവത്വത്തിന്റെ
അജ്ഞാതമേഖലകളിൽനിന്ന്
പൊന്തിവന്ന ഭാഷകൾ
സംശയഗ്രസ്തമാവുന്നു
സംശയത്തിലേക്കുള്ളൊരീ കടുകയ്പൻ യാത്ര
എങ്ങനെ എവിടുന്ന് തോന്നിയെൻ മനസ്സിന്.

എന്റെ പ്രണയാന്ധകാരത്തിന്റെ
വേലിയേറ്റത്തിരകളിൽ സഞ്ചരിക്കുന്ന
സങ്കല്പനൗകേ
എന്നെക്കൂടി കൊണ്ടുപോകൂ
എന്നെ ചേർത്തു പിടിക്കൂ.

നമുക്കിടയിൽ ഒരു വിഭജനരേഖ-

വന്ധ്യവാതങ്ങളിൽനിന്ന്
പ്രകാശരഹിതഗ്രഹങ്ങളിൽനിന്ന്
രക്തത്തിന്റെ
പൊക്കത്തിന്റെ
വിഭജനരേഖ.

മരണത്തെയും സ്നേഹത്തെയും
ഒരേ നാട്ടുഭാഷയിൽ
എഴുതുന്നതിന്റെ വിഭജനരേഖ
വീര്യംകെട്ട
ഒരാഗ്രഹത്തിന്റെ വിഭജനരേഖ

ഉറക്കം വഞ്ചിച്ച ഒരു മുറി
ഇല്ല സ്വപ്നം
രാത്രി - ഒരു ശ്മശാനകവാടം
വാതിൽ - പ്രകാശത്തിന്റെ ചൂരൽവടി
കസേരകൾ.... ഇല്ല സന്തോഷം.

മണൽപ്രേതം
എല്ലാറ്റിന്റെയും നിറത്തെ കലുഷമാക്കുന്നു

ഒരു മുറി-
അതിൽ മരണം
സ്വന്തം ഭിത്തികൾ നോക്കി വായിക്കയാണ്
വേറൊന്നുമില്ല അവിടെ

മേഘങ്ങൾ
ഞൊടിനേരത്തിൽ വരുന്നുപോകുന്നു
അത് നിനക്ക് സാന്ത്വനമാകുമോ
ഈ വന്നവയ്ക്കു പിറകെ
മറ്റു മേഘങ്ങളും വന്നെത്തുമോ?

മനുഷ്യർ ഇരുഭിത്തികൾക്കിടയിൽ
തുല്യരായിക്കഴിയുന്ന
വീടുകളാണ് ശ്മശാനക്കല്ലറകൾ-
അങ്ങനെ നിനച്ചാൽ
നിനക്കു സമാധാനമാകുമോ

മേഘങ്ങൾ വരച്ചിടുന്ന ചിത്രങ്ങളേ
നമ്മുടെ കാണലിലുള്ളൂ എന്നത്
നിനക്കു സാന്ത്വനമാകുമോ?

ഞാൻ എവിടെനിന്നു വന്നുവോ അവിടം
ഇപ്പോഴും എന്നോട് രഹസ്യങ്ങൾ പറഞ്ഞുകൊണ്ടിരി
ക്കുന്നു.
ഞാൻ ഏതു കാലത്തിനോട് ബന്ധപ്പെട്ടിരിക്കുന്നുവോ
ആ കാലം
ഇലകൾ മറിച്ചുകൊണ്ട്
ഇപ്പോഴും വർണ്ണങ്ങളെ പുതുക്കിക്കൊണ്ടിരിക്കുന്നു
-ഇതാണെന്റെ ആശ്വാസം

സൂര്യാസ്തമയം-

പ്രേമത്തിന്റെ സൂര്യോദയത്തിലേക്ക്
തിരിച്ചുവരേണ്ടാത്തതായ ഒരു കാലം
വന്നു ചേർന്നുവോ?

ഒരു മുറി - ഓരോ ദിശയിലുമുള്ള മീനാരങ്ങളും-
ഭിത്തികളുടെ ഛായകൾക്കുള്ളിലിരുന്ന്
സല്ലപിക്കുകയാണ്.

അയാൾ ഓർക്കുന്നു,
ഒരു മരണം
ആവരണത്തിൻകീഴിൽ
തലയണകളിൽ
താളുകൾ മറിച്ചുനോക്കുന്നു.

സ്വപ്നത്തിന്റെ ധൂളിയും ചുരുളും-
ചത്ത യാഥാർത്ഥ്യത്തിന്റെ നിഘണ്ടുക്കളും-
പ്രേമം - അന്തിമങ്ങൂഴം.

ഹാ, പ്രേമത്തിൽ നിന്നെത്ര ദൂരെയാണ് കിഴക്ക്,
അവകാശിയായ സൂര്യനിൽനിന്നെത്ര ദൂരെയാണ് കിഴക്ക്.

ഹാ, ദുരന്തം എത്ര മനോഹരം!

മുറിവിനെപറ്റി ഞാൻ പറഞ്ഞിരുന്നുവോ?
(വരികൾക്കിടയിൽ പലതും പറയാതെ വിട്ടിട്ടുണ്ട്)
ഇതിനിടെ നാം വീട്ടിലെത്തി
(വീടെന്നു നാം വിളിക്കുന്ന ഇടം)
നമ്മുടെ ജനൽ
നമ്മുടെ പ്രണയത്തെ വിളിച്ചുപറയുന്നുണ്ടായിരുന്നു

മുറിവിനെപ്പറ്റി ഞാൻ പറഞ്ഞിരുന്നുവോ
(നീ ശ്രദ്ധിക്കുന്നുണ്ടോ?)

ഒരു മുറിവ്-
നമ്മുടെ രാത്രി ഇനിയും
അതിന്റെ പ്രതിധ്വനിയിൽനിന്ന് മുക്തമായിട്ടില്ല
സ്വന്തം ചങ്ങലയിൽനിന്ന് മോചനം നേടിയിട്ടില്ല
നമ്മളെ സ്വയം വിശ്വസിപ്പിക്കാൻ പണിത
ആ ചങ്ങല
നമ്മുടെ പ്രേമം.

അവനെന്താണ് പറയുന്നത്?
അവനെ സ്നേഹിച്ചിരുന്നവരൊക്കെ
മരിച്ചുപോയി
അവൻ സ്നേഹിച്ചവരെല്ലാം കൊല്ലപ്പെട്ടു

ആരെങ്കിലും അവനെക്കുറിച്ചന്വേഷിക്കുന്നുവെങ്കിൽ
അവന്റെ സ്നേഹധാരകൾ
അയാളെ പുണർന്നിങ്ങനെ പറയും:

"അവൻ ഇതിലേ നടന്നുപോയി
അവൻ തന്റെ പേര് ആരോടും പറഞ്ഞില്ല
അവൻ ഒരിടത്തും നിൽക്കാതെ
കടന്നുപോയി...." ■

കണ്ണാടിക്കുള്ളിൽ ഓടുന്ന കുട്ടി

ഇലച്ചാർത്താൽ ഒരു കമാനം
പറവകൾക്ക് ഒരു വള്ളിക്കുടിൽ
കാറ്റിന്റെ കൈകൾക്ക് വിട്ടുകൊടുത്ത
ജനൽപാളികൾ,
വയലുകൾ
-ഈന്തപ്പനക്കൂട്ടങ്ങളുടെ ഗ്രാമം
ഋതുഭേദങ്ങളുടെ മഷിക്കൂട്ടുകൾ.

കോപിക്കുന്ന ഇടിമുഴക്കവും
മേഘത്തിന്റെ കാരുണ്യവും
എന്നെ അവിടെ എത്തിച്ചു
ആ ഗ്രാമത്തിന്റെ അടിയാടകൾക്കു കീഴെ
ഞങ്ങൾ കിടന്നു
പറയാൻ നാണം തോന്നും
അമ്മട്ടിലെന്തോ മന്ത്രിച്ചുനിൽക്കുന്നു
മൾബറിയും അത്തിമരങ്ങളും.

എന്റെ ഓർമ്മകൾ വളർന്നത്
ഈന്തപ്പനകളുടെ ശിഖരത്തിൽ.
ഇവിടെ കൊയ്ത്തുകാലം
ഈ സന്ധ്യയിൽ
ആ മധുരസുഗന്ധങ്ങളുമായല്ലാതെ
ഞങ്ങൾ മടങ്ങിപ്പോവില്ല-
ഇവിടെ ഒരു കുട്ടി
രണ്ടു കഴുകൻമാരെ പിടിച്ചുനിലകൊള്ളുന്നു
അതുകണ്ട് പനിനീർപ്പൂക്കൾ
പരസ്പരം അഭിനന്ദിക്കുന്നു

എന്റെ ഓർമ്മകൾ വളർന്നത്
ഈന്തപ്പനകളുടെ ശിഖരങ്ങളിൽ,
വയലറ്റുകൾ നഗ്നപാദരായി വന്നെത്തി,
എന്തുകൊണ്ടങ്ങനെ വന്നുകൂടാ.

പുല്ല്, എന്റെ ചങ്ങാതി,
എനിക്കൊരു കൈതന്നു
പകരമായി ഞാനെന്റെ ഷർട്ടൂരിക്കൊടുത്തു,
ഞങ്ങൾക്ക് ഒലീവുമരത്തിൻ കീഴിൽ അഭയം.

പച്ചപ്പടർപ്പുകളുടെ പുസ്തകത്തിൽ
ഒരു ജീവശ്വാസമെനിക്കുണ്ട്
നീലാകാശത്തിൽ
എനിക്കൊരു വാഗ്ദാനമുണ്ട്

സൂര്യന്റെ ഖജനാവിൽ
ഞാൻ കരുതിയിട്ടുണ്ടൊരു പുസ്തകം.

എന്റെ ഓർമ്മകൾ വളർന്നത്
ഈന്തപ്പനകളുടെ ശിഖരങ്ങളിൽ.

ഇതാ വില്ലോവൃക്ഷനിരകൾ, ഒരു തേങ്ങൽ-
ഇവിടെ ജിന്നുകൾ പാടുകയാണോ
അതോ, ആ ശാഖകളുടെ രാഗങ്ങളാണോ?

വില്ലോ മരമേ,
സൂക്ഷിച്ചുനോക്കട്ടെ
നിന്റെ മുഖം ധരിച്ച എന്നെ
ഞാനൊന്നു കാണട്ടെ

ഒരു ഭൂതോദയം വായിക്കുന്നു,
ശിലയുടെ നിശ്ശബ്ദതയിൽ
ജലശബ്ദത്തെ.
രക്തം അതിന്റെ ഇലകളിൽ
എഴുതിക്കൊണ്ടിരിക്കുന്നു.
വൃക്ഷശാഖകളെ
മഴ കോതിക്കൊണ്ടിരിക്കുന്നു.

ഈന്തപ്പനകളിൽനിന്നും എന്റെ ഓർമ്മകൾ
താഴേക്കിറങ്ങിവന്നിരിക്കുന്നു
എന്റെ ഓർമ്മയിലോടിക്കൊണ്ടിരിക്കുന്ന
കുഞ്ഞിന്, എന്റെ സുഹൃത്തിന്, ശാന്തി!

ഇന്ന് അവൻ എന്റെയടുത്തേക്കു വന്നില്ല
എന്നിൽ ആത്മവിശ്വാസം ചെലുത്തിയില്ല
അങ്ങനെയാണവന്റെ സ്വഭാവം.

എന്റെ മുഖം അവന്റെ കണ്ണാടികൾക്കു
കീഴടങ്ങി - ഞങ്ങളിലാരാണ് നഷ്ടപ്പെട്ടത്?
ആരാണ് നിശ്ശബ്ദൻ
ആരാണ് സംസാരിക്കുന്നവൻ?
അവന്റെ ചുണ്ടുകൾ കറുക്കുന്നു
അവനിപ്പോൾ അവിടെ ജീവിച്ചിരിപ്പുണ്ടോ?

ആ കുട്ടി എന്റെ ഓർമ്മകളിൽ
അങ്ങോട്ടിങ്ങോട്ടോടുകയാൽ
ചോരയിറ്റുന്ന മുറിവ് വേദനിക്കുകയാണ്
എങ്കിലുമെന്റെയുടലിന് കരുത്തുകൂടുകയാണ്.
കടലും ഞാനും പങ്കിടുന്നത്
ഒരേ മരണം-
ഞാൻ ദുഃഖത്തിന്റെ വാനമ്പാടി
ആഹ്ലാദത്തിന്റെ ചെന്നായ്.
നീയോ-
ഈ ശിഖരങ്ങളിലേയ്ക്കുയർന്നുവരുന്ന
മഴവില്ലോ മറ്റൊരു വ്രണമോ?

ഈന്തപ്പനകളിൽനിന്നും എന്റെ ഓർമ്മകൾ
താഴെക്കിറങ്ങിവന്നിരിക്കുന്നു
എന്നെപോലുള്ള ഒരുവന്-
ഓർമ്മയുടെ അടിത്തട്ടിൽ പാർക്കുന്ന ഒരുവന്-
ശാന്തിയായിരിക്കട്ടെ.

എന്റെ നാഡികളിലെ ഇടിമുഴക്കമോ
അഗ്നിയോ നീ?
ദയാലുവായ സുഹൃത്തേ
നിനക്ക് ശാന്തിയായിരിക്കട്ടെ

ഭാഗ്യവശാൽ അതിജീവിച്ചു നിൽപ്പവൻ നീ
നീ ചന്ദ്രനെ പുനർനാമകരണം ചെയ്തവൻ
ചിലപ്പോൾ നീ ഒരു അശ്വം
ചിലപ്പോൾ ഒരു അശ്വാരൂഢൻ
സൂര്യൻ നിനക്കു തന്നു ഒരു ഉടപ്പിറന്നോളെ
ഇരുവരും ചേർന്ന്
വയ്ക്കോൽകൊണ്ടൊരു വീടുണ്ടാക്കി,

നിന്നെപ്പോലെ അവളും
മണിക്കല്ലുകൾകൊണ്ടമ്മാനമാടിക്കളിച്ചു.

ആലോചിക്കുകയാണ്
നിന്റെ സൗഹൃദം മാത്രമേ
എനിക്കു തന്നിരുന്നുള്ളൂവെങ്കിൽ...

എന്റെ ഓർമ്മയിലിളകിയാടുന്ന വൃക്ഷങ്ങളേ
നിങ്ങൾക്കുശാന്തി-
ഞാൻ നിങ്ങളുടെ ആരവമോ
നിശ്ശബ്ദതയോ
അഥവാ
മറ്റു മരങ്ങളിൽനിന്നും
കാറ്റ് അടിച്ചുകേറ്റുന്ന ധൂളിയോ?
നിന്റെ സൗഹൃദം മാത്രമേ
എനിക്കു തന്നിരുന്നുള്ളൂവെങ്കിൽ....

എന്റെ രാപകലുകളുടെ കൊടുങ്കാട്ടിൽ
ഓർമ്മകളുടെ കാറ്റുകൾ എന്തുചെയ്തുവെന്ന്,
നിന്റെ നിദ്രാഹീനമായ കാഴ്ചയിൽ
സദാ ഉണർന്നിരിക്കുന്ന
ചക്രവാളത്തിനുമാത്രമേ
പറയാൻ കഴിയുകയുള്ളൂവെങ്കിൽ...

എന്റെ ഓർമ്മകൾ വളർന്നത്
ഈന്തപ്പനകളുടെ ശിഖരങ്ങളിൽ-

പ്രണയിയുടെ ശരീരം മെനഞ്ഞത്
തൂക്കണാംകുരുവിയുടെ കൊക്കുകൊണ്ടാണെന്ന്
ഞാനറിഞ്ഞിരുന്നില്ല
ഭ്രാന്തിനുമാത്രമേ സ്നേഹിക്കാനറിയൂ എന്ന്
ഞാനറിഞ്ഞിരുന്നില്ല.

ആർക്കുവേണ്ടിയാണ്
നക്ഷത്രം മുടിയഴിച്ചിട്ടു നിൽക്കുന്നത്?
പാതയ്ക്കരികെ മെതിക്കളത്തിനരികെ
അവളുടെ കണ്ണുകൾക്കും കൈകൾക്കും ഇടയിൽ
അവശരായ കുതിരകൾ
അവളെ അഭയം പ്രാപിക്കും

അതു സത്യമാണോ?
എങ്കിൽ എന്നെ കൊള്ളുക

.... വ്യഥയുടെ നീർക്കുഴിയും
രാത്രിയുടെ തടാകങ്ങളും
ഞങ്ങൾ ഊളിയിട്ടു
ജലചന്ദ്രനെ പിളർന്നു

അതെ, അതു സത്യമാണ്

ഈറ്റമുളകൊണ്ടുണ്ടാക്കിയ
ഒരു കുടിലിൽ പാർക്കുന്നത്
സ്വപ്നം കാണുന്നു,
നക്ഷത്രങ്ങൾപോലും. ■

കീറത്തുണി

ഈ കൈകളല്ലാതെ
ഒഴിഞ്ഞ ഈ കൈകളല്ലാതെ
ഒന്നും ചേർത്തുപിടിക്കാനില്ലാതെ,
ഞാൻ നടക്കുന്നു
കാലത്തിന്റെ താളുകൾ ചുറ്റും പറക്കുകയാണ്
എന്തുകൊണ്ടാണ്
അവ വായിച്ചുതീർക്കാനെനിക്ക് കഴിയാത്തത്?

കഫേയുടെ ഉമ്മറപ്പടികളിൽ
തെരുവു തുടങ്ങുന്നേടങ്ങളിൽ
നാറത്തേപ്പുപോലുള്ളൊരു ദിവസമാണ്
കവിത വന്നത് കവിത പോയത്
ഒരു പ്രവാചകന്റെ രൂപത്തിൽ. ■

സംഗീതം

ഒന്നുമില്ല, ഒന്നുമില്ല –
ഒരു ചെറുകാറ്റ് വൃക്ഷഗിത്താറുകൾ മീട്ടുന്നു
വേറെ ഒന്നുമില്ല, ഒന്നുമില്ല
ശൂന്യത മാത്രം

അതു നിറയ്ക്കുവാൻ വാക്കുകൾക്കൊരു വഴിയുമില്ല.
ഞാനോ കിനാവ് കാണുന്നു, കിനാവ്–
കിനാവാകട്ടെ ഇളംകുഞ്ഞായൊരു യാഥാർത്ഥ്യം
വേറൊന്നുമല്ല.
അതുകൊണ്ട്,
എന്നോടു ചോദിക്കേണ്ട
സ്വയം ചോദിച്ചോളൂ,
ചക്രവാളത്തിനില്ലൊരു പ്രതിബന്ധം
നിന്റെ ഹൃദയത്തിലല്ലാതെ.
എന്നാൽ ഒന്നു തീർച്ച,
ആകാശത്തുനിന്ന് സ്വയംഭൂവാകുന്ന
ഒരു വീടുപോലെ
മായികമായി ഉദിക്കുകയാണ് ഒരു കവിത.
ഈ വീട്ടിൽ പാർക്കുന്നത്
ഒരു കുടിയേറ്റക്കാരനാണ്,
അർത്ഥമെന്നാകുന്നു അവന്റെ പേര്. ∎

ചലനം

ഞാനെന്റെ ഉടലിനുപുറമേ സഞ്ചരിക്കുന്നു
ഉള്ളിലുണ്ട് ഞാനറിയാത്ത
എത്രയോ ഭൂഖണ്ഡങ്ങളും. എന്റെ ഉടൽ
അതിനുപുറമേതന്നെ അനന്തഗതിയിലാണ്.
എവിടെ നിന്ന്? നീ എവിടെയായിരുന്നു?
- ഞാൻ ചോദിക്കുന്നില്ല.
ഞാനെവിടേക്കു പോകുന്നു എന്നു മാത്രമേ
ചോദിക്കാനുള്ളൂ.
മരുഭൂമി എന്റെ നേർക്കു നോക്കി നോക്കി
എന്നെ മണലാക്കി മാറ്റുന്നു
ജലമാകട്ടെ എന്നെ നോക്കി നോക്കി
തന്റെ ഉടപ്പിറന്നോനാക്കുന്നു

പരമാർത്ഥത്തിൽ
ഇരുണ്ടുപോകാൻ വേറെ ഒന്നുമില്ല-
ഓർമ്മ മാത്രം. ∎

അവശിഷ്ടങ്ങൾ

രക്തത്തിൽനിന്നും ചാമ്പലിൽനിന്നും
മുടന്തർക്കുള്ള ഊന്നുകോലുകളുണ്ടാക്കി
അവരോടൊപ്പം മുടന്തിനടക്കുന്ന, ബെയ്റൂട്ട്.

അവശിഷ്ടക്കൂമ്പാരങ്ങളിൽ
കണ്ണാടികളെറിഞ്ഞുടയ്ക്കുന്നൂ ചന്ദ്രൻ

അതു സത്യമാണ്.
ആകാശപാദങ്ങൾ ചങ്ങലകളാൽ ബന്ധിതമാകുന്നു
അരക്കെട്ടിൽ കഠാരികൾ തിരുകിവെച്ചുനിൽക്കുന്നൂ
നക്ഷത്രങ്ങൾ.

കണ്ണാൽ കണ്ടത് വിശ്വസിക്കാനാവാതെ
കാലം കണ്ണു തിരുമ്മുന്നു

ഹാ, ബെയ്റൂട്ട് - ഇതാ ചക്രവാളക്കൈലേസ്
ഈ കണ്ണീരു തുടയ്ക്കുക
നീ വീണ്ടും ആകാശത്തെ എഴുതിവെച്ചിരിക്കുന്നു
എന്നാൽ നിനക്ക് തെറ്റിപ്പോയി
ഇപ്പോൾ നിന്റെ തെറ്റുകൾ
നിന്നെ എഴുതിക്കൊണ്ടിരിക്കുന്നു

ഉണ്ടോ നിനക്ക് മറ്റൊരക്ഷരമാല? ■

വാതിലിൻ മറവിലെ ബാല്യകാലം

കുട്ടിക്കാലം മുതൽ ഞാനൊരു പാതയിലൂടെ പോകുകയാണ്.
ലക്ഷ്യസ്ഥാനം ഇപ്പോഴും എന്നെ കുഴക്കുന്നു.
വേനൽസൂര്യൻ തെളിഞ്ഞതെങ്കിലും മറ്റൊരവ്യക്തതയായിരുന്നു.
കൊസാബിനിൽനിന്നു തുടങ്ങുന്നു ഈ പാത.
കൊസാബിൻ തേങ്ങുന്നൊരു പനിനീർപൂ.
അതിന്റെ തണലിലാണ് ഞാൻ ജനിച്ചത്. ആശങ്കയും
തളർച്ചയും നിറഞ്ഞൊരു അന്വേഷണമാണ് എന്റെ പാത.
തണുപ്പു ജലത്താൽ പ്രഭാതത്തിന്റെ മുഖം കഴുകിയ
ഉടനെത്തന്നെ പ്രാർത്ഥനാസമാനമായ സംഗീതവുമായി
ഞാൻ പുറത്തേക്കിറങ്ങിയതോർക്കുന്നു.

ഒരു കാമുകന്റെ കാലൊച്ച കേൾക്കുന്ന പാടെ
വൃക്ഷങ്ങൾ അവന്റെയൊപ്പം നടക്കുകയായി എന്നു
പറഞ്ഞുകേട്ട് ഞാൻ സന്തോഷിക്കാറുണ്ടായിരുന്നു.
(യഥാർത്ഥത്തിലല്ല, സങ്കല്പത്തിൽ).
വീടിനുപുറത്ത് ഒരു കാമുകനെ കണ്ടിട്ടോ,
വീട്ടുജനാലയ്ക്കരികിലൂടെ അവൻ കടന്നുപോകുന്നതു
കണ്ടിട്ടോ തങ്ങൾ ആനന്ദനൃത്തം ചെയ്തുവെന്നും
(മറ്റൊരു വ്യാമോഹത്തിൽ) അവർ പറഞ്ഞേയ്ക്കാം.
പാത കഠിനം. കാലടികൾക്കുപകരം കോലാടിന്റെ
കുളമ്പുകളായാലും മറുകര പറ്റുക ദുഷ്കരം.

ഞങ്ങൾക്കൊരു പൂന്തോട്ടമില്ല.
വീടിനുമുന്നിലെ വയൽ ദാഹിച്ചു വലയുന്നു.
ശീതകാലത്തുമാത്രം അത് ദാഹം തീർത്തു.
മറ്റെല്ലാ കാലങ്ങളിലും അതിന്റെ തൊണ്ടയിൽ
വരൾച്ചയും ധൂളിയും മാത്രം.

ബാല്യകാലദിനങ്ങളെക്കുറിച്ചോർത്ത് ഞാൻ
ആശ്ചര്യപ്പെടുന്നു. ലളിതമായൊരു ഗ്രാമപശ്ചാത്തലത്തിൽ
തനി നാട്ടുംപുറത്തുകാർക്കൊപ്പമാണ് ഞാൻ വളർന്നത്.
അവരെ പരിഭ്രമിപ്പിക്കുന്ന ഒന്നായോ അഥവാ
അവർ പേടിക്കുന്ന ഒന്നായോ മരണത്തെക്കുറിച്ച്
ആരും പറയുന്ന കേട്ടില്ല. അതിനെ മറ്റൊരു വസന്തമായാണ്
അവർ കണ്ടിരുന്നത്. മരണത്തെ അതിന്റെ വിവിധ
രൂപങ്ങളിലായി സ്വജീവിതത്തിൽ അനുഭവിച്ചവരാകട്ടെ
അതിനെ നിരുപദ്രവകരമായ ഒരാകസ്മികതയായോ
സാധാരണ സംഭവമായിട്ടോ മാത്രമേ കണ്ടിരുന്നുള്ളൂ.

ഞാൻ ആശ്ചര്യപ്പെടുകയാണ്, ഈ മൃത്യുബോധം എങ്ങനെ?
ഓരോ ചുവടുവയ്പിലും ഓരോ ചലനത്തിലും മരണം
എന്നെ കാത്തുനിൽക്കുന്നുവെന്നമട്ടിൽ ഒരു കുഞ്ഞായ
ഞാൻ എന്തുകൊണ്ടാണ് മരണത്തെ പേടിക്കുന്നത്?
ഗ്രാമീണർ അറിയാതെ കൊണ്ടുനടക്കുന്ന അറിവിൽനിന്ന്
അല്പാല്പമായി ഞാനും മനസ്സിലാക്കാൻ തുടങ്ങിയിരിക്കാം.
ഒരുപക്ഷേ അസ്തിത്വമെന്നത് അവർക്ക് ഒരൊറ്റഘടനയാണ്,
ഒരൊറ്റ ശരീരം - ഒരു കവിതപോലെ: ആരംഭം ജീവിതം,
അന്ത്യം മരണം - അതുപോലെത്തന്നെ കവിതയും.
കവിതയിലെ തുടക്കമെന്നതും ഒടുക്കമെന്നതും ഒറ്റതരംഗമാണ്.

എന്റെ പ്രകൃതം ശീതകാലം പോലെയോ? മറ്റു ഋതുക്കൾ
അതിന്റെ പ്രതിബിംബങ്ങളോ തൽക്ഷണനടനങ്ങളോ?

മരണത്തെ സൃഷ്ടിയുടെ ശൈത്യകാലമായി ഞാൻ
കാണുന്നതെന്തുകൊണ്ട്? പഴയ ഉത്കണ്ഠകൾ, പ്രത്യേകിച്ച്
ഗ്രീഷ്മത്തിൽ, തിരിച്ചുവരുന്നതെന്തുകൊണ്ടാണ്?

മരച്ചുവട്ടിൽ, ഗ്രാമത്തിലെ കുട്ടികൾക്കിടയിൽ
ഈ ഗ്രീഷ്മകാലനിമിഷം ഓർമ്മിപ്പിക്കുന്നത് വസന്തകാലത്തെ
ഒരു നിമിഷത്തെയാണ്: അന്നൊരു കാലം വസന്താരംഭം.
ഒരു മഴവില്ല് ഞങ്ങളുടെ വയലിൽ കാലുതൊട്ടപ്പോഴേയ്ക്കും
അതിനെ പിടിക്കാനായി ഞങ്ങൾ പാഞ്ഞുചെന്ന
ആ നിമിഷം എത്ര അവിസ്മരണീയം.

വീടിനുമുന്നിലെ പുകയിലപ്പാടത്തു ഞാൻ കണ്ടിട്ടുണ്ട്,
രണ്ടറ്റങ്ങളിൽ രണ്ടു കമ്പുകളിൽ ഊന്നിനിൽക്കുന്ന
മാരിവില്ലിനെ. അതിന്റെ ഒരറ്റം അതിവിദൂരത്ത്.

ഒരറ്റം ഞങ്ങളുടെ വയലിൽ, അഥവാ ഞാനങ്ങനെ
സങ്കല്പിച്ചതാകാം. കറുത്തും വെളുത്തുമുള്ള
ചരടുകളാർന്ന് ചാരനിറമാർന്ന് നേർമ്മയായ ഒരു തട്ടം
സൂര്യനണിഞ്ഞിരുന്നു; മുഖം പാതിയേ മറഞ്ഞിരുന്നുള്ളു.

ഏതോ ഒരിടത്തുവെച്ചുകണ്ട മഴവില്ലിനെക്കുറിച്ച് കവി റിംബോ
പറഞ്ഞതോർക്കുന്നു. റിംബോ സൂചിപ്പിച്ച ചിലന്തിവലയോ
മുയൽവലയോ മറ്റോ അവിടെയുണ്ടായിരുന്നില്ല.

പുകയിലപ്പാടത്തെ കൊയ്ത്തുകഴിഞ്ഞു.

പാടത്തിന്റെ ഒഴിഞ്ഞ ഉടലിൽ ചില പുല്ലുകളും ചെടികളും
മാത്രം ഇളകൊള്ളുന്നുണ്ടായിരുന്നു.

പച്ച, ചുകപ്പ്, ചാരനിറം, മഞ്ഞ, കളിമൺനിറം –
ചുറ്റുപാടുമുള്ള ഈ നിറങ്ങളോട് കലർന്നുനിന്നു
മാരിവിൽ വർണ്ണങ്ങൾ. അതുനോക്കിനിന്ന കുട്ടികളുടെ
കണ്ണുകളിൽ എല്ലാ നിറങ്ങളും ഒന്നുചേർന്നു.

മേഘങ്ങളുടെ മഷിക്കുപ്പികളിൽനിന്ന് മൃദുവായൊരു
മൂടൽമഞ്ഞ് വീഴുന്നുണ്ടായിരുന്നു; വയലുകൾക്കുള്ളൊരു
സന്ദേശംപോലെ.

പിന്നെ ആ മഴവില്ല് അപ്രത്യക്ഷമായി. അതിനെ തേടിത്തേടി
ഞാൻ ദുഃഖിതനായി. അത് ആദ്യം ചോടുവെച്ച ഇടം
സങ്കല്പിച്ചുനോക്കി; അതിന്റെ ലാഞ്ഛനപോലും കണ്ടില്ല.

ആകാശം മേഘങ്ങൾ മൂടി. സൂര്യൻ ശയ്യയിലേക്കു താണു.
അടുത്ത പുലരിവരെ അത് മുഖം പൊന്തിച്ചില്ല.

ദിവസം മുഴുവൻ മഴവില്ലു തിരിച്ചുവരുന്നതും കാത്തിരുന്നു.
വന്നില്ല. എന്റെ ദിനം ഒരു കണ്ണീർത്തടാകമായി.

സൂര്യൻ വിശ്രമിക്കാനെത്തുന്ന മരത്തണലുകൾ
കർഷകർക്ക് ഇഷ്ടമാണ്–

അന്നാൾ ഒരു പുണ്യദിനമായിരുന്നാൽപോലും,
കർഷകർ നേരത്തേ എണീറ്റ് പ്രഭാതത്തെയാവാഹിച്ച്
വയലുകളിൽ അതിന്റെ വരവിനെ ഉദ്ഘോഷിക്കാറുണ്ടായിരുന്നു.

പുണ്യദിനമെന്നത് ഒന്നിനും ഉത്തരമല്ല – മറ്റൊരു കർഷകൻ
പറയുന്നു. യഥാർത്ഥത്തിൽ തൊണ്ടയുടെ ആകൃതിയിലുള്ള
ഒരു ചോദ്യമാണ് പുണ്യദിനമെന്നും അയാൾ പറയുന്നു.

നമ്മുടെ ഉള്ളിൽത്തന്നെ അജ്ഞാതവാസമനുഷ്ഠിക്കുന്ന
അപരസത്വമാണ് ഏതൊരു പുണ്യദിനവും.
പുണ്യദിനം : ഒരു വയൽ.
കർഷകൻ : പാതയുടെ വ്രണങ്ങളെ തൈലസേചനം
ചെയ്യുന്നതാണ് കർഷകരുടെ ഓരോ ചുവടുകളും.

ഇപ്പോഴും വാതിൽമറവിൽ എന്റെ ബാല്യത്തിന്റേതായ
എന്തോ ഒന്ന് കാത്തുനിൽക്കുകയാണ്.
എന്റെ കൊസാബിൻ ഗ്രാമത്തിലേക്കു വരുമ്പോഴൊക്കെ
എനിക്കങ്ങനെ തോന്നാറുണ്ട്. വാതിൽമറവിൽ എന്തെന്ന്,
ആരെന്ന് ഇതുവരെയും കണ്ടതുമില്ല.
ഞാൻ വാതിൽമറവിൽ കാത്തുനിൽക്കുന്നുണ്ടാവും,
ഒരിക്കൽ നീയെന്നോടു പറഞ്ഞിരുന്നു-
നീ ഇഴുകിച്ചേരും എന്റെ ബാല്യവുമായി;
അപ്പോൾ രണ്ടുപേരായ നിന്നെ, എങ്ങനെ തിരിച്ചറിയും? -
ഞാൻ ചോദിച്ചു.
അർത്ഥത്തിന്റെ മുത്തിനെ പോറ്റുന്ന ഒരു ചിപ്പിയാവുക
എന്നതൊഴികെ കാലത്തിൽനിന്ന് ഞാനൊന്നും
പ്രതീക്ഷിക്കുന്നില്ല.
ജലപ്പെരുപ്പമായി, ചിറകടിയായി അർത്ഥം
കാലത്തെ മറികടക്കുന്നു. സർവം ശേഖരിച്ചുവെക്കാനുള്ള
ഒരു യാനപാത്രമാണ് കാലം. അത്രമാത്രം.
പ്രിയ പ്രതിബിംബമേ
എന്നെ കലർത്തുക നിന്നിൽ.
സാഗരത്തിൽനിന്ന് ഒരു വാക്കും
ഈ പ്രഭാതത്തിൽ വന്നു ചേർന്നില്ല.
എന്റെ ശയ്യയിൽ
രാത്രിയുടെ കറുത്തൊരു പുള്ളിക്കുത്തും ശേഷിക്കുന്നില്ല. ∎

കവിതയ്ക്ക്

എന്റെ അടുത്തേയ്ക്കുവരുമ്പോൾ
ഈ കറുത്തവസ്ത്രമുടുക്കുന്ന ശീലമൊന്നു മാറ്റിക്കൂടേ?
നിന്റെ ഓരോ വാക്കിലും
ഞാനൊരുകീറ് ഇരുൾ വെയ്ക്കണമെന്ന്
നീ എന്തിനാണ് നിർബന്ധിക്കുന്നത്?

ഒരു കഷണം കടലാസ്സിലെ
ഏതാനും അക്ഷരങ്ങൾ മാത്രമാണ് നീയെന്നിരിക്കെ
സ്ഥലരാശിയെ തുളച്ചുപോകുന്ന
ഈ ക്ഷുദ്രശക്തി
എവിടെനിന്ന്, എങ്ങനെ, നീ നേടി?

വാർധക്യമല്ല
നിന്റെ മുഖത്ത് ചുളിവുകളുണ്ടാക്കുന്നത്
ബാല്യമാണ്.

സൂര്യന്റെ തോളിൽ
തല ചായ്ക്കുന്ന പകലിനെ നോക്കുക.
നിന്നോടൊപ്പം കഴിയവേ
രാത്രിയുടെ തുടകൾക്കിടയിൽ
ഞാനെത്രത്തോളം ക്ഷീണിതനായി
ഉറങ്ങുന്നുവെന്നും കാണുക.

നിനക്കുള്ള അജ്ഞാതന്റെ കത്തുകളുമായി
വാഹനം എത്തിയിരിക്കുന്നു.

എന്റെ വസ്ത്രങ്ങൾക്കടിയിലേയ്ക്ക്
തെന്നിവീഴുന്നതിൽനിന്ന്
നിന്നെ തടയാൻ ഒന്നുമില്ലെന്ന്, ആരുമില്ലെന്ന്
കാറ്റിനോടു പറയുക.
പക്ഷേ, കാറ്റിനോടൊന്നു ചോദിക്കണം–
"നീ എന്തുതരം പണിയാണ് ചെയ്യുന്നത്,
ആർക്കുവേണ്ടിയാണ് നീ പണിയെടുക്കുന്നത്?"

സന്തോഷവും ദുഃഖവും - നിന്റെ നെറ്റിത്തടത്തിലെ
രണ്ടു തുഷാരകണികകൾ. ഋതുക്കൾ വന്നുംപോയുമിരി-
ക്കുന്ന ഒരു തോട്ടമാണ് ജീവിതം.

ബാല്യത്തിൽ ഞാൻ സ്നേഹിച്ചിരുന്ന
ഒരു പെണ്ണിന്റെ പൊക്കിളിനും
നിനക്കുമിടയിൽ
ചീറ്റിയുറന്നു വന്നിരുന്നു, ഒരു വെളിച്ചം.
അങ്ങനെയുള്ള
രണ്ടു വെളിച്ചങ്ങളെ ഞാനോർക്കുന്നു

രണ്ടു വെളിച്ചങ്ങൾ തമ്മിലുള്ളൊരു യുദ്ധം
ഞാനിന്നോളം കണ്ടിട്ടില്ല.

ഞാൻ ആ യുദ്ധത്തെയന്വേഷിച്ചുപോയതെങ്ങനെയെന്ന്
നീ ഓർക്കുന്നുണ്ടോ?

"കേൾക്കാൻ നിനക്ക് രണ്ടു കാതുകളുണ്ടെങ്കിൽ
നീയും ഈ പ്രപഞ്ചം മുഴുവൻ നടക്കുമായിരുന്നു
വ്യാമോഹബദ്ധനായി....
അപ്പോൾ നിന്റെ അവസാനത്തിന്
ആരംഭമേ ഉണ്ടാവില്ല."-
ഇങ്ങനെ ഒരിക്കൽ
കാലത്തിനുനേരേ തിരിഞ്ഞ്
ഞാൻ പറഞ്ഞതും നീ ഓർക്കുന്നുണ്ടോ?

എന്റെ അടുത്തേക്കു വരുമ്പോൾ
ഈ കറുത്ത വസ്ത്രമുടുക്കുന്ന ശീലമൊന്നു
മാറ്റിക്കൂടേ? ■

യുദ്ധം

യുദ്ധം: മരിച്ചവരുടെ എല്ലുകൊണ്ടുണ്ടാക്കിയ ചൂരൽദണ്ഡ്
ഊന്നുവടിയാക്കി കാലം നടന്നു നീങ്ങുന്നു.
മനുഷ്യന്റെ കൺപോളകളാൽ മെടഞ്ഞ ചവിട്ടുമെത്തകളിൽ
കാരീയവെടിയുണ്ടകളുടെ സദ്യ നടക്കുന്നു.
തലയോട്ടികൾ രക്തം ഒഴിച്ചെടുക്കുന്നു കുടിക്കുന്നു
മദോന്മത്തവിഭ്രാന്തിയിലാഴുന്നു.

യുദ്ധം: തകർന്നൊടിഞ്ഞ കഴുത്തുകളുടെ ഉത്സവം.
നീണ്ടു പോകുന്ന ചങ്ങലകളുടെ ഉത്സവം.
ഇവിടെ ചരിത്രം പാദങ്ങളാകുന്നു
ദിനങ്ങൾ ചെരിപ്പുകളാകുന്നു.

യുദ്ധം: ഗോളിയോ ഗോളടിക്കല്ലോ ഇല്ലാത്ത ധൂളീധൂസരമായ
ഒരു മൈതാനത്തിൽ ചുഴറ്റിയെറിയപ്പെടുന്ന തലകൾ-
തെരുവുകളിലെ ചാമ്പൽകൂനകളിൽ, ചിതറിപ്പോയ
അവയവങ്ങളാൽ ഉടുവസ്ത്രമണിഞ്ഞ തെരുവുകളിൽ.
അന്ധകാരം ചീറ്റുന്ന ഈ ഉടലിനെ തെളിച്ചു കാട്ടുവാൻ
സൂര്യനുപോലും കഴിയില്ല.
സൂര്യനോ, തന്റെ വെളിച്ചത്തോട് പറയുന്നു:
അഞ്ചിപ്പിക്കുകെൻ കൺകളെ, ഞാനൊന്നും കാണാതിരിക്കട്ടെ

യുദ്ധം: പ്രഭാതം തുരുമ്പു പിടിക്കുന്നു- കാരീയം നിറഞ്ഞ
ജീർണ്ണകിടാരങ്ങളിൽ,
ദുർമന്ത്രവാദത്തിന്റെ ചക്രവാളത്തിൽപെട്ട്
ചീഞ്ഞളിയുന്ന വായുമണ്ഡലത്തിൽ,
ധൂളിയുടെ പുസ്തകത്തെ ഒഴുക്കിക്കൊണ്ടുപോകുന്ന
രക്തപ്രവാഹത്തിൽ,
മനുഷ്യമുഖം ധരിച്ച ധൂളീപടലത്തിൽ.

യുദ്ധം: ഹൃദയങ്ങൾ തകരുന്നു. കൊടിക്കൂറകളായി പാറാനുള്ള
കീറത്തുണികളാണ് ആശയങ്ങൾ. മനുഷ്യവംശം ഇപ്പോൾ
എവിടെയാണുള്ളത് - ആർക്കു പറയാൻ കഴിയും?

ഇതാണ് നമ്മുടെ അമ്മയായ വസുന്ധര എന്ന് ആർക്ക്
ഉറപ്പിക്കാൻ കഴിയും? ഒരു സ്നേഹക്കുരുന്നു കൂടി ഓരോ
നിമിഷവും മരിച്ചു വീഴുകയാണ്. നറുമണം പൊഴിക്കാൻ
മറന്നു നിൽക്കുന്നൂ റോസാപ്പൂക്കൾ.

യുദ്ധം: ഉയിർത്തെഴുന്നേൽപ്പ് എഴുതിയ എഴുത്തു വായിക്കുന്നത്
മരണം, ജഡങ്ങളാണ് എഴുത്തു മഷി.

യുദ്ധം: നമ്മുടെ ജീവിതനാളുകളെക്കുറിച്ചെഴുതാനുള്ള
കടല്ലാസ്സ് മൃത്യുവിൽനിന്നുണ്ടാക്കാനാകുമോ?
ശിലയുടെ മൗനം
കാക്കകളുടെ ബുദ്ധികൗശലം
മൂങ്ങയുടെ ജ്ഞാനം
-നാം ഇതൊക്കെ മനസ്സിലാക്കാൻ തുടങ്ങിയിട്ടുണ്ടോ?

യുദ്ധം: ഭക്തിയുടെ കത്തികൾകൊണ്ടാണ്
നിന്ദയുടെ പശുക്കിടാവിനെ നാം ആരാധിക്കുന്നത്-
ജീവിതമെന്നത്
ഒരു തെറ്റോ കൈയബദ്ധമോ ആണെന്ന മട്ടിൽ,
അതിനെ തിരുത്താൻ
കൊലപാതകം കൊണ്ടു മാത്രമേ കഴിയൂ എന്ന മട്ടിൽ. ■

ഉണർവ്

ഗ്രാമത്തിൽ സൂര്യനുമുമ്പേ ഞാനുണരും.
ആകയാൽ ബഹിരാകാശത്തിന്റെ
കോവണിപ്പടിക്കെട്ടുകളിലേക്ക് പ്രഭാതം വരുന്നതിന്റെ
ആദ്യചുവടുകൾ ഭംഗിയായി നോക്കിയനുഭവിക്കാൻ
എനിക്കു കഴിയുന്നു.
അങ്ങനെ ചുറ്റുമുള്ള തിയറ്ററിലെ മറ്റു രൂപങ്ങളുടെ ഉണർവ്
കാണുവാനും കഴിയുന്നു. നിഴലിന്റെയും വെളിച്ചത്തിന്റെയും
മാറിമറിയലുകൾക്കൊത്ത് മാറുന്ന രൂപങ്ങളാണവ. ഓരോ
മരത്തിനും ഓരോ ചെടിക്കും ഓരോ ശിലയ്ക്കും വസ്ത്രങ്ങൾ
ധരിക്കാനും അഴിച്ചു മാറ്റിയിടാനുമുള്ള ഒരു 'വാർഡ്റോബ്'
തന്നെയുണ്ട്. മനോഹരമായ കൈകളുള്ള, ഒരു ഭാഗം നിഴലും
മറുഭാഗം വെളിച്ചവുമായ മാന്ത്രികമുഖമുള്ള ഒരു
തയ്യൽക്കാരനെ ആശ്രയിച്ചിരിക്കുന്നു ഇതെല്ലാം.

കാലത്തിന്റെ രക്തത്തിൽ കുറഞ്ഞൊന്നുമല്ലാത്ത
ഒരു മഷിയിൽ ഈ ലോകത്തിനെ എഴുതുന്നത്
പദാർത്ഥങ്ങളുടെ ചലനമാണ് എന്നൊരു നിനവിൽ
ആഹ്ലാദിക്കുന്ന നിമിഷമാണിത്.

ഉണർവും കാണലും തുടർന്നുകൊണ്ടേയിരിക്കെ
ഈ വേദിയിൽ പ്രത്യക്ഷതയാണ് അനന്തസാന്നിധ്യമെന്നും
അർത്ഥമാണ് അനന്തവിജയി എന്നുമുള്ള
ഒരു വികാരം എന്നിൽ നിറയുന്നു. ∎

www.ingramcontent.com/pod-product-compliance
Lightning Source LLC
LaVergne TN
LVHW011047100526
838202LV00078B/3727
* 9 7 8 8 1 8 4 2 3 5 1 2 8 *